कातरवेळ

रहस्यमय गूढकथा

श्रीकांत कार्लेकर यांची प्रकशित पुस्तके

अनुभव : साहित्य सेवा प्रकाशन, औरंगाबाद

अभिशाप : चंद्रकला प्रकाशन, पुणे

तो नसता तर... : साहित्य सेवा प्रकाशन, औरंगाबाद

षड्यंत्र : साहित्य सेवा प्रकाशन, औरंगाबाद

अतृप्त : अपर्णा प्रकाशन, पुणे

माझा समुद्रशोध : डायमंड प्रकाशन, पुणे

कातरवेळ

रहस्यमय गूढकथा

श्रीकांत कार्लेकर

डायमंड पब्लिकेशन्स

कातरवेळ
श्रीकांत कार्लेकर

Katarvel
Shrikant Karlekar

प्रथम आवृत्ती : फेब्रुवारी २०१४

ISBN 978-81-8483-551-9

© डायमंड पब्लिकेशन्स

अक्षरजुळणी
थ्रीडी ग्राफिक्स, पुणे
मुग्धा दांडेकर ९८२२७०७९७१

मुखपृष्ठ
शाम भालेकर

मुद्रक
Printed at Repro India Ltd, Mumbai.

प्रकाशक
डायमंड पब्लिकेशन्स
२६४/३ शनिवार पेठ, ३०२ अनुग्रह अपार्टमेंट
ओंकारेश्वर मंदिराजवळ, पुणे-४११ ०३०
☎ ०२०-२४४५२३८७, २४४६६६४२

info@diamondbookspune.com
www.diamondbookspune.com

प्रमुख वितरक
डायमंड बुक डेपो
६६१ नारायण पेठ, अप्पा बळवंत चौक
पुणे-४११ ०३० ☎ ०२०-२४४८०६७७

मनोगत

गूढ, अतर्क्य आणि अनाकलनीय अशा गोष्टींचं आकर्षण मानवी मनाला नेहमीच वाटत असतं. आपल्या आजूबाजूला घडणाऱ्या काही घटना अनेक वेळा तार्किकतेच्या कुठल्याही कसोटीवर घासून पाहता येत नाहीत अशा वेळी तर हे आकर्षण आणखीनच वाढतं.

आपल्या आजूबाजूच्या वातावरणाची, परिसराची आणि निसर्गाची सदैव बदलती रूपं अशा गूढरम्यतेत अधिकच भर घालतात. संवेदनाक्षम मनाला हे बदल तीव्रतेनं जाणवतात आणि भावतातही. अशा मनाच्या व्यक्ती मग या गूढरम्यतेची उकल करण्यातच अडकून पडतात.

गूढकथा या अशाच घटनांचा एक वाङ्मयीन आविष्कार असतो. एखाद्याला जाणवलेल्या अतर्क्याची उकल गूढकथेत नेहमीच करता येते असे नाही. घटनेतील किंवा प्रसंगातील अतर्क्याची उकल म्हणूनच गूढ किंवा अनाकलनीय पातळीवरच राहते. त्यात तार्किक दुवा असणे अर्थातच खूप फायदेशीर ठरते.

या गूढकथा संग्रहातील प्रत्येक कथेचे मूळ कथाबीज हे कधी जाणवलेल्या परिसराच्या गूढरम्यतेत, कधी इतरांबरोबर झालेल्या चर्चेत तर कधी इतरांनी सांगितलेल्या त्यांच्या धूसर, अस्पष्ट आणि कदाचित भ्रामक अनुभवात दडलेले आहे. काही कथांचे बीज हे तर त्या परीसरात केलेल्या संशोधनाच्या प्रक्रियेशीही निगडित आहे.

श्रीकांत कार्लेकर
इ-४०४, वंडरसिटी
कात्रज, पुणे- ४११ ०४६
shrikantkarlekar18@gmail.com

अनुक्रम

१

कातरवेळ

पाऊस नुसता ओतत होता! काळ्याकभिन्न ढगांनी आकाश भरून गेलं होतं. शंभर वर्षं जुनं झालेलं पण अजूनही दिमाखात उभं असलेलं माझं आजोळचं घर त्या पावसात अगदी झोडपून निघत होतं. मी माझ्या पत्नीसह दोन दिवसांपूर्वीच कोकणातल्या त्या घरी राहायला आलो होतो.

हातातली छत्री आणि पिशवी कशीबशी सांभाळत मी घराच्या अंगणातूनच घराकडे पाहिलं. पुढचा दरवाजा लावलेला होता. दारात पाण्यानं मोठं तळं करून ठेवलं होतं. झोडपून टाकणाऱ्या पावसाला चुकवीत मी घराच्या डाव्या बाजूच्या भिंतीच्या आधारानं, पागोळ्या चुकवीत मागच्या बाजूला गेलो. मागच्या अंगणातलं लिंबाचं झाड वाऱ्यापावसात पिळवटून निघत होतं. जवळच्या पाळंदीतून वाहत येणाऱ्या पाण्याच्या आवाजापुढे बाकी कसलाच आवाज आसमंतात ऐकू येत नव्हता.

पावसाळ्यातलं घराचं हे रूप मला नवीन नव्हतं. मला ते गूढरम्य, भारून गेलेलं, थोडंसं भयावह वातावरण नेहमीच आकर्षित करायचं.

मागचा दरवाजा अर्धवट उघडाच होता. ओल्याकच्च होऊन पायाला चिकटून बसलेल्या चपला थोडा जोर लावून काढल्या. छत्री मिटून अर्धवट उघडा दरवाजा आत ढकलला. माझी चाहूल लागल्यामुळे सुधा, माझी पत्नी माजघरातून पटकन बाहेर आली. माझ्या हातातली पिशवी घेऊन म्हणाली,

"मिळालं का दूध? होते गोखले घरात?"

"मिळालं बुवा! त्या प्रिंदावण गावात असल्या पावसात जायचं म्हणजे..." सुधाकडे पिशवी देत मी म्हटलं.

माझी नजर सहजच समोरच्या पुढच्या दरवाजाकडे गेली.

पडवीतल्या रेजातून बाहेरचा दाटून येणारा काळोख जाणवत होता. वाऱ्याच्या अखंड चालू असलेल्या तांडवामुळे बाहेरची सगळी झाडं हिंदकळत, पिळवटत होती, आणि त्या पार्श्वभूमीवर घरातल्या पडवीत एक व्यक्ती उभी असल्याचं दिसत होतं. धोतर, टोपी घातलेली ती व्यक्ती माझ्याकडेच बघत होती.

परिस्थितीची जाणीव झाली तेव्हा माझ्या सर्वांगातून भीतीची जाणीव सर्रकन निघून गेली; कारण घरात आम्हा दोघांशिवाय कुणीच नव्हतं. समोरची व्यक्ती भेदक नजरेनं माझ्या काळजाचा ठाव घेत होती. मी काही बोलणार, इतक्यात त्या व्यक्तीनं आपल्या हातातली पिशवी थोडी पुढे केली. ती घेण्याकरता पडवीच्या दुसऱ्या बाजूने एक स्त्री पुढे आली. नऊवारी साडी, शिडशिडीत बांधा, खानदानी बाज... परिचित वाटली.

मी जमिनीला खिळून ते दृष्य बघत राहिलो. क्षणभरानं भानावर आलो आणि शेजारी उभ्या असलेल्या सुधाला म्हटलं,

''ही कोण माणसं समोर दिसताहेत? कोणी आलंय का?''

सुधानं मान वळवून तिकडे बघितलं आणि मला म्हणाली,

''ओळखलं नाही का? तुम्हीच तर आहात तिथे!''सुधाच्या त्या वाक्याने मी भयानं थिजून गेलो. समोरची व्यक्ती खरंच मी होतो! तिथली ती स्त्री सुधाच असावी! निदान ती तशीच दिसत होती.

''म्हणजे तुलाही तू दिसत्ये आहेस तिथे?'' मी बुचकळ्यात पडून विचारलं.

''आता ती तिथे आहे म्हणजे दिसणारच ना?'' सुधा सहजपणे म्हणाली.

''पण ती नऊवारी नेसलीय् आणि अगदी मागच्या पिढीतली खानदानी घराण्यातली दिसतेय -'' मी एवढं म्हणेपर्यंत पडवीतला तो भास नाहीसा झाला होता.

त्या तसल्या कोसळणाऱ्या पावसाळी हवेत मला दरदरून घाम फुटला. मी सुधाकडे पाहिलं. तिलाही क्षणार्धात त्या विलक्षण आभासाचं वास्तव लक्षात आलं. ती घाबरून उभ्या जागी थरथरू लागली. मी पटकन पुढे होऊन तिला सावरलं. आणि शेजारच्या बाजेवर बसवलं.

ती सुन्न होऊन भयग्रस्त डोळ्यांनी माझ्याकडे पाहात होती. मी लगेचच सावरलो आणि तिला म्हटलं,

''थांब थोडा चहा आणतो गरम करून काहीतरी दृष्टिभ्रम असेल -''

''दृष्टिभ्रम? दोघांनाही? एकाच वेळी?'' सुधा पुटपुटली.

''तू थांब बरं. बस शांतपणे'' असं म्हणून मी आतल्या स्वयंपाकाच्या खोलीत गेलो.

मातीच्या चुलीवर एका भांड्यात चहा करून ठेवलेला होता; तो चुलीतली लाकडं

पुढे ढकलून गरम केला. शेजारच्या चांदीच्या भांड्यातलं उरलंसुरलं दूध घातलं आणि पटकन बाहेर आलो.

सुधा अजूनही कावऱ्याबावऱ्या नजरेने पडवी, अंगण, माजघर, देवघर सगळ्या खोल्यांचा वेध घेत होती. बहुधा मगाशी दिसलेल्या मला आणि तिलाच ती शोधत होती.

''घे चहा घे. गरम आहे छान.'' मी म्हटलं.

तिनं चहा घेतला. मग मीही थोडा घेतला. दोघांनाही जरा हुशारी आली.

मी नकळतपणे बाहेरच्या पडवीतल्या रेजांकडे पाहिलं. बाहेर काळोख गडद होऊ लागला होता. हा काळोख आता घराचाही ताबा घेणार होता.

मी पटकन पडवीत आलो. झोपाळ्यावर सकाळीच स्वच्छ पुसून ठेवलेल्या आणि तेल घातलेल्या कंदिलांच्या वाती वर केल्या आणि शेजारीच ठेवलेल्या काडेपेटीने कंदील चालू केले.

घर स्वच्छ उजेडानं भरून गेलं. एक कंदील मी पडवीतल्या टेबलावर ठेवला आणि दुसरा आत घेऊन गेलो.

सुधा तिथे नव्हती. माझ्या काळजाचा ठोकाच चुकला.

''सुधा, कुठे आहेस?'' मी हाक मारली. पण तिचं उत्तर आलं नाही. मी स्वयंपाकघर आणि आतली खोली बघितली. ती तिथंही नव्हती. इतक्यात माझी नजर मागच्या दाराकडे गेली. दार उघडं होतं.

मी कंदील घेऊन मागच्या दारातून बाहेर बघितलं. बाहेर मिट्ट काळोख होता. पाऊसही थांबत आला होता.

''सुधा -'' मी हाक मारत आणखी थोडा पुढे गेलो.

मागच्या अंगणात लिंबाचं मोठं झाड वाऱ्याबरोबर हेलकावत होतं. पाण्याचे थेंब पडण्याचा ध्वनी आसमंतात भरून राहिला होता. मी झिमझिमत्या पावसात तसाच पुढे गेलो.

लिंबाच्या झाडामागे सुधा उभी होती! झाडाकडे बघत. माझं सगळं अंग शहारलं.

''सुधा, सुधा'' म्हणत मी अंगणातल्या साचलेल्या पाण्यातून चालत तसाच पुढे आलो.

''इथे काय करत्येयस? चल घरात -'' असं म्हणून तिला ओढतच आत आणली. ती त्या झिमझिमत्या पावसाने पूर्ण ओली झाली होती.

''बाहेर कशाला गेली होतीस?'' मी थोडं दरडावूनच विचारलं.

''अहो, तिथे कुणीतरी दिसलं म्हणून गेले होते.'' तिच्या स्वरातला ठामपणा ऐकून आणि ती घाबरलेली नाही हे बघून मला खूपच धीर आला.

‘‘काहीतरीच काय? आता कोण असणारेय तिथे?’’ मी म्हटलं.

‘‘मीही तोच विचार करीत गेले तिथे! आता कोण आणि कुठून येईल तिथे?’’ ती म्हणाली.

‘‘मग कोणी दिसलं का? नाही ना? मग लगेच यायचं नाही का आत?’’ मी समजावणीच्या सुरात म्हटलं.

‘‘दिसलं असं नाही. पण बहुतेक मीच गेले होते तिथे लिंबं काढायला?’’ ती असंबद्ध पुटपुटली.

‘‘काय? तू? लिंबं काढायला?’’ मला काहीच कळत नव्हतं.

‘‘जाऊ दे. कोणी नाहीयेना मग झालं तर. तुमच्याच भाषेत सांगायचं तर दृष्टिभ्रम असेल!’’ ती हसून म्हणाली. ती घाबरली नव्हती. पूर्ण शुद्धीवर होती. हे बघून मला खूप बरं वाटलं.

मी धास्तावलेल्या मनानं पुन्हा एकदा कंदील घेऊन घराच्या सगळ्या खोल्या फिरून आलो. मन थाऱ्यावर आलं तसा पडवीतल्या टेबलावरचा रेडिओ लावून इकडेतिकडे फिरवीत राहिलो. सुधा स्वयंपाकघरात जेवणाकडे वळली.

त्या रात्री मी बराच वेळ जागाच होतो. आजूबाजूच्या वातावरणाचा अंदाज घेत होतो. अंगणातल्या पडणाऱ्या पागोळ्यांपासून, माडांच्या पडणाऱ्या झावळांचे आणि रातकिड्यांचे आवाज टिपत होतो. सुधा शांत झोपली होती. तीच माझ्यासाठी एकमेव सुखाची बाब होती.

दुसऱ्या दिवशी पाऊस थोडा कमी वाटत होता. मधूनमधून स्वच्छ ऊनही पडत होतं. सगळा परिसर त्या उन्हात प्रसन्न वाटत होता.

सुधा सकाळपासूनच थोडी गप्प गप्प होती. माझंही मन तसं थाऱ्यावर नव्हतंच. कालचा प्रकार मनाच्या कोपऱ्यात खचकन रुतून बसला होता. चहा घेता घेता मी सुधाला म्हटलं,

‘‘काल काय एकेक गंमतच चालली होती. तुलाही तसंच वाटतंय ना?’’

‘‘हां म्हणजे, भासच म्हणायचा कसलातरी. काही कळत नाही, एवढं मात्र खरं.’’ सुधा म्हणाली.

‘‘आपलं हे इथं येण्याचं तिसरं वर्षं. या आधी असे भास वगैरे नाही झाले कधी.’’ मी म्हटलं.

‘‘शिवाय याला भास तरी कसा म्हणायचा? दोघांनाही एकाच प्रसंगाचा भास होईल असं कसं शक्य आहे?’’ सुधाने म्हटलं.

आम्ही झालं त्या सगळ्याला ‘भास’ या सदरात टाकून मोकळं व्हायचा प्रयत्न

केला आणि त्याचा फायदाही झाला. त्या स्वच्छ, सुंदर, अप्रदूषित, मोकळ्या हवेत आमच्या चित्तवृत्ती पुन्हा एकदा अगदी बहरून गेल्या.

दुपारनंतर थोडा थोडा पाऊस सुरू झाला आणि हां हां म्हणता त्यानं उग्ररूप धारण केलं. सुधा आणि मी पडवीतल्या झोपाळ्यावर बसून निसर्गाचं ते तांडव बघत होतो. अंगणातून पुढे, अगदी विहिरीच्याही पुढपर्यंत सगळी झाडं वारा नुसता पिळवटून काढीत होता. आजूबाजूच्या चार घरांची साचलेल्या पाण्यामुळे अगदी बेटं झाली होती. कातरवेळचा संधिप्रकाश दाटून येत होता.

मी अंगणातून समोर बघत होतो आणि अचानक मला विहिरीवरच्या रहाटावर कुणी व्यक्ती पाणी काढताना दिसली. मी सुधाला तसं म्हटलंही.

''अहो खरंच की. कोण आलंय आत्ता पाणी काढायला? आणि असं एकाएकी अवतीर्ण झाल्यासारखं, काही थांगपत्ता न लावता, कोण आलं असेल?'' ती म्हणाली.

मी समोरच्या कोपऱ्यातली छत्री घेतली आणि पटकन बाहेर आलो. दार उघडून अंगणाच्या कोपऱ्यापर्यंत जाऊन तिथून विहिरीकडे पाहिलं.

एक उंचापुरा, बलदंड पुरुष, कपाळाला गंध लावलेला, धोतर नेसलेला, रहाटाची दोरी सोडून क्षणभर थांबला आणि त्याने मान वळवून माझ्याकडे पाहिलं.

तो मीच होतो! मी हादरून गेलो. त्या तसल्या भांबवलेल्या अवस्थेतच, सुधाला यायची खुण केली. सुधाही पटकन, तशीच पावसात भिजत माझ्याजवळ आली. तोपर्यंत त्याने विहिरीतून घागर वर काढली होती. घागर हातात घेऊन त्यानं आम्हा दोघांकडे पाहिलं आणि तो गोठ्याच्या दिशेने निघाला.

''अहो तुम्हीच तर आहात तिथे. आणि गोठ्याकडे कशाला? तिथं तर एकही गाय-म्हैस नाही!'' ती कुजबुजली.

मी धीर करून सुधाला म्हटलं,

''चल बघुया''

आम्ही अंगणाच्या पायऱ्या उतरून गोठ्याजवळ पोचलो. गोठ्याचा दरवाजा उघडा होता. आतलं दृष्य बघून आमची शुद्ध हरपणार होती.

अतिशय तेज:पुंज चेहऱ्याची नि नऊवारी लुगडं नेसलेली एक स्त्री गोठ्यातल्या गाईचं दूध काढीत होती. पण तो पुरुष तिथं नव्हता. आमच्या नजरेला त्या स्त्रीचा चेहरा पडला. ती सुधा होती!

आम्ही आता घाबरलो होतो. खरं म्हणजे घाबरण्यासारखं त्या दोघांकडूनही काही घडत नव्हतं. पण जे आम्हाला दिसत होतं ते इतकं अतार्किक आणि असंभव होतं की त्यामुळेच नकळत आम्ही भीतीच्या आहारी जात होतो!

एवढ्यात तो पुरुष अंगणाच्या पायऱ्या चढून घरात जाताना दिसला. आम्हीही लगेचच घरात जायला निघालो. घरात आलो तर तिथे कुणीच दिसत नव्हतं. काळोखही दाटून आला होता. मी पटकन कंदील लावले.

सुधा आणि मी ती रात्र धास्तावलेल्या अवस्थेत कशीबशी ढकलली. दुसऱ्याच दिवशी पुन्हा परत निघण्याचा बेत आखला. पण दुपारी येणारी एस.टी. त्यादिवशी गावात आलीच नाही. संध्याकाळ जसजशी जवळ येऊ लागली तसतशी आम्हाला 'ती' दोघं नक्की दिसतील असं वाटू लागलं.

आमचा अपेक्षाभंग झाला नाही. आज आम्ही सजग होऊन सगळीकडे बारकाईने पाहात होतो. आजूबाजूला जाणवणारा प्रत्येक आवाज, हालचाल, याकडे लक्ष ठेवून होतो. आज त्यासाठी आम्ही बाहेरच्या अंगणातल्या बाजेवर बसून होतो. काळोख होण्याआधीच पडवीत कंदील लावून ठेवले होते.

कातरवेळी तर आमच्या मनाची उलघाल आणखीनच वाढली होती. पण कुठे काहीच बदल जाणवत नव्हता. मी निर्धास्त झालो. सुधाला म्हटलं,

''चला घरात.'' सुधा पडवीकडे बघत होती. मीही पाहिलं.

पडवीतल्या झोपाळ्यावर ती दोघं बसली होती! हलके हलके झोपाळा मागे पुढे होत होता. ती आमच्याकडेच बघत होती बहुधा. तो तेज:पुंज चेहऱ्याचा पुरुष माझ्याकडे बघून स्मितहास्य करीत असल्यासारखंही वाटलं मला क्षणभर.

मी ताडकन उठलो आणि पळतच पडवीत आलो.

झोपाळा हलत होता; पण झोपाळ्यावर कुणीच नव्हतं. माझ्या मागोमाग सुधाही आत आली.

सगळ्या प्रकाराने आम्ही अगदी सुन्न होऊन गेलो होतो. रात्री शेजारच्या घरी राहायला जावं अशी माझी इच्छा होती; पण सुधानं माझा तो बेत हाणून पाडला.

''कशाला शेजारी? आणि आपण आहोत की चौघं जणं घरात.'' सुधा हसून म्हणाली.

''चौघं जणं?'' तिला काय म्हणायचं होतं ते मला कळलं होतं. पण तरीही मी विचारलं.

''अहो आपण दोघं आत्ताची आणि आपण दोघं पूर्वीची.'' ''आणि आपली आपल्यालाच कसली भीती?'' सुधा म्हणाली. तिची या सगळ्या प्रकाराबद्दलची ठाम भूमिका बघून मला धीर आला आणि स्वत:ची थोडी लाजही वाटली.

जेवणखाण करून रात्री लौकरच झोपलो. पण रात्रभर मी तर जागाच होतो. पहाटे पहाटे डोळा लागला. जागा झालो तेव्हा शेजारी सुधा नव्हती. भिंतीवरच्या

ठोक्याच्या घड्याळ्यात पाचचे ठोके पडत होते. मी पटकन उठलो; आणि ''सुधा, सुधा -'' म्हणत आत गेलो.

स्वयंपाकघरात चुलीसमोर दोन स्त्रिया चहाचं आधण ठेवून बसल्या होत्या. मी थोडा जवळ गेलो. दोन्ही सुधाच होत्या! मी भांबावून एकदम तिथल्या माळ्यावर जाणाऱ्या जिन्याला धडकलो. जिन्याच्या पायरीवरचं स्टीलचं भांडं खाली पडलं. मी ते घ्यायला खाली वाकलो.

वर उठून बघितलं तेव्हा सुधा चहाचे कप भरत होती. मला पाहून म्हणाली,

''मला वाटलंच होतं. तुम्हीही जागेच असाल. घ्या.''

''सुधा - इथे अजून कोणीतरी - म्हंजे तूच होतीस ना?''

''मलाही वाटलं तसं. पण कोणी दिसलं नाही. तुम्ही पाहिलं का कुणाला?'' सुधा थोडी गडबडल्याचं मला जाणवलं.

''जाऊदे. चल बाहेर. बाहेरच घेऊ चहा.'' असं म्हणत मी उठलो; आणि सुधा उठता उठता पुन्हा खाली पडली. तिच्या हातातला चहाचा कप खाली सांडला.

''सुधा - सुधा -'' मी एका हातानं तिला उठवित म्हटलं. पण ती एकदम निपचित पडली होती. तिला कशीबशी उचलून घेत बाहेर आणली.

सुधा तापानं फणफणत होती. काहीतरी बरळत होती. माझा जीव अगदी कासावीस झाला. जवळपास थोडी औषधं होती. त्यातल्या तापाच्या दोन गोळ्या दिल्या; पण ताप उतरला नाही. ती दुपारी थोडी शुद्धीवर आली पण अतीव थकव्याने पुन्हा झोपली. सुधाच्या त्या तसल्या परिस्थितीत, तिथून बाहेर पडणंही कठीण होऊन बसलं होतं.

त्या दिवशी संध्याकाळी पुन्हा एकदा पाऊस आणि वारा फेर धरून झाडाझाडातून वाट काढीत पिळवटू लागला. पागोळ्या गळू लागल्या. अंधार दाटून येऊ लागला आणि सुधा शुद्धीवर आली! काहीच न झाल्यासारखी तटकन उठून बसली. ती दिवसभर तापाने फणफणत होती, काहीतरी असंबद्ध बरळत होती मागचं काहोही तिला आठवत नव्हतं.

''आज दिसली नाही वाटतं दोघं?'' तिनं विचारलं आणि मी अक्षरशः हादरून गेलो.

''म्हणजे?'' मी म्हटलं.

''कातरवेळ झालीय. दिसतील. असतील इथंच कुठेतरी.'' सुधाची नजर घरभर भिरभिरत होती.

पडवीतला दरवाजा उघडल्याचा भास झाला मला.

मी पटकन बाहेर आलो. दारात मीच उभा होतो! छत्री मिटून ठेवीत आणि पायातल्या चपला काढून आत येत मी हातातली पिशवी पुढे धरली. ती घ्यायला आतून सुधा धावतच

बाहेर आली -

मला ते दृष्य पाहाणं शक्य झालं नाही. मी शुद्ध हरपून खाली कोसळलो! जाग आली तेव्हा सुधानं सगळी आवराआवर करून ठेवल्याचं दिसत होतं.

"सुधा, -" मी क्षीण आवाजात म्हटलं. ती पटकन पुढे आली. मी शुद्धीवर आल्याचा आनंद तिच्या चेहऱ्यावरून नुसता ओसंडून जात होता.

"चला. उठा. उठवेल ना? थोडा चहा करून ठेवलाय तो घेऊ आणि लगेच निघू. आज एस.टी. आलीय. तिठ्यावरून पुढे गेलीय. येईलच अर्ध्या तासात -" ती बळ एकवटून मला उठवीत म्हणाली.

क्षणार्धात माझ्या सगळं लक्षात आलं. मी थकलो होतो; पण तरीही उठलो. घशाखाली चहा उतरवला. तोपर्यंत सुधानं बॅग आणि पिशवी बाहेर अंगणात आणून ठेवली होती. मी चपला पायात सरकवून बाहेर आलो. सुधानं घराचा पुढचा दरवाचा बंद करून कुलूप घातलं आणि म्हणाली,

"चला लौकर. एस.टी. चुकवून नाही भागणार. आधीच उशिरा आलीय. कातरवेळेच्या आधी बाहेर पडायलाच हवं -"

सुधाच्या हिमतीला मी मनोमन दाद दिली. पाळंदीतून चालत वरच्या रस्त्याला लागलो. गाडीही वेळेवर आली आणि आम्ही आजोळ सोडलं.

कोकणातलं माझं आजोळचं घर आता जमीनदोस्त झालंय. तिथं फक्त चौथरा उरलाय. आजूबाजूचा परिसर वादळवाऱ्यानं केव्हाच ताब्यात घेतलाय!

त्या घराची माझी आंतरिक ओढ अजूनही कायम आहे. पण जे अनुभवलं त्यानं धास्तावून मी पुन्हा तिकडे इतक्या वर्षात गेलोच नव्हतो.

मागच्या महिन्यात त्या भागात गेलोच होतो त्यामुळे घर बघून यावं म्हणून पुन्हा नकळतपणे तिथं गेलो. घराची पडझड आणि सगळीकडे वाढलेलं गवत आणि झाडी बघून डोळे नकळत पाणावले.

ज्या ठिकाणी झोपाळा होता आणि जिथे तासनतास बसून मी वेळ घालवला तिथे नजर गेली. तिथे वादळवाऱ्यातून आणि पावसापाण्यातून शाबूत राहिलेला एक छोटेखानी लाकडी चौकोनी डब्बा दिसला. मी तो उचलला आणि तो सहज उघडलाही. आत आजोबांचा खूप जुना फोटो होता आणि फोटोत त्यांच्याशेजारी त्यांचा मोठा मुलगा व सूनही दिसत होते. त्यांचा मोठा मुलगा समोरच्या खाडीतल्या पाण्यात बुडून गेला होता आणि त्या धक्क्यानं त्यांची सूनही गतप्राण झाली होती हे मला माहीत होतं. पण तो माझ्यासारखाच दिसत होता... किंवा तो मीच होतो... आणि माझी सुधाही तीच होती हे मला आता उमगत होतं!

पाणावलेल्या डोळ्यांनी मी त्या पडझड झालेल्या उद्ध्वस्त घराचा परिसर डोळ्यांत भरून घेतला आणि निघालो. कातरवेळ होण्याआधी मला तिथून निघायलाच हवं होतं. नाहीतर -- ! नाहीतर त्या कातरवेळी पुन्हा एकदा मीच माझ्या आजोळच्या त्या उद्ध्वस्त घरात वावरताना दिसलो असतो!

२

डिजिटल

कोकणातल्या आंबेरीच्या घरासंबंधीचा निर्णय आता तातडीने घ्यायची वेळ आली होती. सहा-सात खोल्यांचं ऐसपैस मोठं घर, पुढं विहीर, गोठा, आजूबाजूला विस्तीर्ण भागात नारळ, चिक्कू, फणस या झाडांबरोबरच खूपशी फुलझाडं, शिवाय थोडं दूरवर, डोंगरउतारावर आंब्याची झाडं. एवढं सगळं सांभाळायला घरी कुणीच राहू शकत नाही अशी बिकट परिस्थिती नानासाहेब लिमयांच्या त्या एकेकाळच्या समृद्ध घरावर आली होती.

शेखर हा त्यांचा मोठा मुलगा. बाकी सगळ्या मुली. नानासाहेब हयात होते तोपर्यंत घरी माणसांचा राबता होता. शेखरही त्याच्या बायकोमुलांबरोबर अनेक वर्षं तिथं राहात होता; पण बहिणींची लग्न झाल्यावर, स्वतःच्या मुलांच्या शिक्षणाकरता तो आंबेरीतून बाहेर पडला आणि मुंबईला त्यानं कायमचं वास्तव्य केलं.

नानासाहेब गेले आणि घर झपाट्यानं एकाकी होऊ लागलं. सुरुवातीचे काही दिवस शेखर त्याच्या कुटुंबासह तिथं मे महिन्यात राहायला जायचा; पण हळूहळू तेही कमी झालं. शेखरच्या मुलांना आणि बायकोला आंबेरीच्या त्या घराचं जराही आकर्षण नव्हतं. शेखरचं मन घराच्या ओढीने अस्वस्थ व्हायचं पण तोही कायमचं आता तिथं राहायला जाऊ शकत नव्हता.

त्यामुळेच त्याने घर विकण्याचा निर्णय घेतला होता. आपल्या इतर नातेवाइकांना आणि मित्रमंडळींना आंबेरीला बोलावून त्यांना आपला निर्णय सांगावा म्हणून तो आंबेरीला आला होता.

दोन दिवस घर पूर्वीसारखं मुलामाणसांनी भरून गेलं

होतं. शेखर खूप आनंदात होता. विकण्यापूर्वी घराच्या सर्व खोल्यात, मागच्या पुढच्या अंगणात आणि आंब्याच्या बागेतही तो अगदी मनापासून संचार करीत होता. सगळीकडचे फोटो घेऊन ठेवीत होता. तिथला प्रत्येक क्षण त्याला अगदी जपून ठेवायचा होता; कारण नंतर घर परक्याचं होणार होतं.

घराचा व्यवहार गावातच झाला आणि गावातल्याच एकानं ते घर बाजूचा गोठा, खोपटी, विहीर, नारळपोफळीची बाग, आणि डोंगरावरची आंब्याची बाग असं सगळंच विकत घेतलं. त्यानिमित्तानं आलेल्या नातेवाइकांनी आणि मित्रांनी दोन दिवसांनी त्याचा निरोप घेतला.

घराचा ताबा देऊन शेखर पुढच्या चार दिवसांतच मुंबईला जाणार होता. सगळं घर रिकामं झाल्यावर अंगणातल्या तुळशीवृंदावनावर बसून तो घराचे काढलेले फोटो बघत होता.

त्याच्या अतिशय उच्च प्रतीच्या त्या डिजिटल कॅमेऱ्यावर मिळणारे फोटो नेहमीच अगदी हुबेहूब असायचे. शेखर एकामागून एक सगळे फोटो बघत होता, अन् एका फोटोपाशी तो थांबला.

तो फोटो त्याने दोन दिवसांपूर्वीच काढला होता. त्यावेळी घरात सगळे नातेवाईक जमले होते. पडवीतल्या झोपाळ्यावर आपल्या मोठ्या चुलतभावाला अनिलला बसवून त्यानं तो फोटो मुद्दाम काढला होता. शेखरला माहीत होतं की त्यानं फोटो काढला तेव्हा झोपाळ्यावर उजव्या बाजूला फक्त अनिलच होता. मात्र फोटोत डावीकडच्या बाजूला, कडीला धरून आणखी कुणीतरी बसल्याचं दिसत होतं.

कोणाचा फोटो होता तो? थोडी धूसर आणि पारदर्शक अशी ती फोटोतली आकृती बघून तो थोडा गडबडला. फोटोतल्या त्या दुसऱ्या व्यक्तिचे डोळे अतिशय भेदक दिसत होते आणि तिने जुन्या पद्धतीचा घातलेला सदरा आणि लेंगा, झोपाळ्याच्या मागे ठेवलेल्या भल्या मोठ्या पेटीत विरून गेल्यासारखा अंधूकसर दिसत होता.

त्या व्यक्तिला कुठेच पाहिल्याचं त्याला आठवत नव्हतं.

त्यानं तो फोटो पुन्हा निरखून पाहिला. फोटोतली ती व्यक्ती त्याच्याकडे रोखून बघत होती! शेखरने तो फोटो पटकन पुढे सरकावला. थोडंसं धास्तावून.

पुढच्या, घरातल्या बायकांच्या ग्रुप फोटोत, मागच्या बाजूला एका अनोळखी स्त्रीचा फोटो दिसत होता! ती स्त्रीही तेव्हा तिथे नव्हती! मग फोटोत कशी काय दिसतेय? शेखर आता खरंच घाबरला होता. शेखरने फोटो मोठा करून पाहिलं.

ती स्त्री कोणी वेगळीच स्त्री होती. तेज:पुंज चेहरा. लांबसडक केस. भेदक डोळे. तिचा फोटोही थोडा धूसर, पारदर्शक होता. शेखरने पुढचे फोटो घाईघाईने सरकवायला

सुरुवात केली. शेवटच्या फोटोत कोणीच नव्हतं. बुद्धीला जोर देऊन शेखर आठवायचा प्रयत्न करू लागला. कोणाचा फोटो घेतला होता त्याने शेवटी? त्याला काहीच आठवत नव्हतं. त्यानं तो फोटो मोठा करून पाहिलं. त्याला जे दिसलं ते पाहून तो हादरून गेला.

घराच्या समोरचा सगळा परिसर अगदी अस्पष्ट धूसर प्रकाशात असल्याचं त्यात दिसत होतं आणि झोपाळ्यावर अनिलच्या शेजारी दिसलेली ती व्यक्तीही नारळी पोफळीच्या बागेत एका झाडाजवळ उभी होती.

शेखर तो फोटो बघून चांगलाच गोंधळला होता.

त्याच्यासारखेच अनिलनेही त्याच्या कॅमेऱ्यात फोटो घेतले होते. शेखरला ते आठवलं. त्यानं अनिलला लगेचच मुंबईला फोन लावला. अनिलने स्वत: काढलेले सगळे फोटो मुंबईला गेल्या गेल्या लगेचच बघितले होते.

पण त्याला अशा अनोळखी व्यक्ती कुठल्याही फोटोत दिसल्या नव्हत्या. त्याचाही कॅमेरा डिजिटलच होता. शेखरच्या कॅमेऱ्याइतका उच्च प्रतीचा नव्हता; पण डिजिटलच होता.

संध्याकाळी शेखरचा गावातला मित्र प्रभाकर त्याच्या सोबतीला राहायला आला. शेखरने त्याला सगळी हकीगत सांगितली. फोटोही दाखवले.

‘‘हो रे. हे काहीतरी वेगळंच प्रकरण दिसतंय-’’ प्रभाकर फोटो बघून म्हणाला.

‘‘प्रकरण काय प्रभाकर? प्रकार म्हण-’’ शेखर म्हणाला.

‘‘ठीक आहे. प्रकार म्हणू; पण हा प्रकार जरा जगावेगळाच दिसतोय नाही?’’ प्रभाकरने विचारलं.

‘‘जाऊ दे. बघू उद्या काय शोध लागतो ते-’’ शेखर.

‘‘उद्या कशाला? मला एक आयडिया सुचलीय. बघ पटते का-’’ प्रभाकर म्हणाला.

‘‘काय सुचलंय तुला?’’ शेखर हसत म्हणाला.

‘‘आज रात्री मी तुझे काही फोटो घेतो. तू माझे घे-’’

‘‘त्यामुळे काय होईल?’’ शेखरने विचारलं.

‘‘तुझ्या कॅमेऱ्यात काही दोष आहे का ते कळेल. काही माणसं तुझ्या कॅमेऱ्यात ऑलरेडी बसून असली तर तीही दिसतील--’’ प्रभाकर गमतीने म्हणाला.

‘‘आजपर्यंत इतके फोटो काढले. तेव्हा नाही दिसली अशी अनोळखी माणसं ती--’’ शेखरनं म्हटलं.

‘‘म्हणूनच म्हटलं. प्रयोग करून तर बघू.’’ प्रभाकर म्हणाला.

रात्री जेवण झाल्यावर ठरल्याप्रमाणे त्यांनी घरातले काही फोटो घेतले. प्रभाकरने म्हटल्याप्रमाणे फोटो घेतला की लगेचच ते तो पाहात होते.

पण कुठल्याच फोटोत आधीच्या फोटोसारखं कुणीच अनोळखी नव्हतं. ते निर्धास्त मनानं झोपले.

सकाळी प्रभाकर लवकर उठला होता. त्याच्या हाकांनी शेखर खडबडून जागा झाला.

''शेखर, ऊठ- हे बघ काय दिसतंय ते-'' असं म्हणत प्रभाकरने रात्री घेतलेले फोटो, कॅमेरा चालू करून त्याला दाखवायला सुरुवात केली.

रात्री घेतलेल्या प्रत्येक फोटोत, स्वयंपाकघरात, माजघरात, झोपाळ्यावर, पडवीत, अंगणात, अनेक अनोळखी माणसं घरात वावरत असल्यासारखी दिसत होती.

त्यातली कुणीही शेखरच्या ओळखीची नव्हती. त्यांचे फोटोही याआधी कधी पाहिल्याचं त्याला आठवत नव्हतं.

''अरे पण काल तर फोटोत कोणीच नव्हतं दिसत-'' तो म्हणाला. ''मलाही तेच कळत नाहीये. अचानक कुठून आली ही सगळी माणसं या फोटोत? थोडी धूसर, अस्पष्ट दिसताहेत खरी. काल आपण नीट पाहिलं नसेल कदाचित-'' प्रभाकरने म्हटलं.

शेखरलाही काही कळत नव्हतं. तो पूर्णपणे गोंधळून गेला होता.

''शेखर, मला वाटतं, तुझ्या या घरात कुणीतरी माणसं राहताहेत! आपल्याला दिसत नाहीयेत. पण आहेत. त्यांचं वास्तव्य आहे या घरात-'' प्रभाकर म्हणाला. त्याचं ते बोलणं ऐकून शेखरच्या अंगावर सरसरून काटा फुलला.

''छे! काहीतरीच काय? आणि फक्त फोटोतच कशी दिसताहेत सगळी? आपल्याला काही भास-आभास नाही, काही जाणीव नाही-'' शेखरने शंका उपस्थित केली.

''ते मात्र नाही सांगता येत, शेखर.'' प्रभाकर म्हणाला.

प्रभाकर त्या प्रसंगाकडे न घाबरता, त्रयस्थासारखा बघू शकत होता. शेखरचं तसं नव्हतं. त्याच्याच घरात दिसणारं ते अतर्क्य, गूढ वास्तव्य बघून तो आंतर्बाह्य हादरून गेला होता.

प्रभाकर त्या रात्री पुन्हा शेखरबरोबर तिथेच राहिला. त्याने आता निश्चित योजना करून, पुन्हा एकदा घरात, घराबाहेर, खोपटीत, गोठ्यात, विहिरीजवळ, पोफळीच्या बागेत सगळीकडचे फोटो घेतले आणि एकही फोटो न बघता, दोघेही झोपले. उद्या काय ते बघू म्हणून.

सकाळी प्रभाकर जागा झाला तेव्हा शेखर झोपाळ्यावर बसून फोटो बघत होता. भयाचं सावट त्याच्या चेहऱ्यावर स्पष्ट दिसत होतं! प्रभाकर पटकन त्याच्याजवळ आला. त्याच्या खांद्याला धरून म्हणाला,

''काय रे, एवढा घाबरलायस कशाला?''

''प्रभाकर, बघ. ही माणसं अजूनही इथंच वावरताहेत. बायका जेवणात व्यग्र आहेत. मूलं अंगणात खेळताहेत. काही पुरुष एकमेकाशी बोलत उभे आहेत. हा चेहरा बघ. हा पुरुष किती रागाने माझ्याकडे पाहातोय-'' शेखरने एक फोटो दाखवित म्हटलं.

प्रभाकरही ते फोटो बघून गोंधळात पडला होता. आता घरात ते दोघेच होते. कुठल्याही तिसऱ्या व्यक्तीच्या अस्तित्वाची पुसटशी खुणही तिथे नव्हती. अजून कोणी तिथे असावं असं अजिबात जाणवत नव्हतं; आणि फोटोत तर ते घर माणसांनी गजबजलेलं दिसत होतं. एका मोठ्या कुटुंबाचा वावर तिथे असावा असं वाटत होतं!

दोघेही सुन्न होऊन काय करावं, याचा उलगडा कसा करून घ्यावा या विवंचनेत होते. दुसऱ्या दिवशी, घराचा ताबा नवीन मालकाला द्यायचा होता. त्याला काही न सांगता घर त्याच्या ताब्यात द्यावं असं दोघांनाही वाटत नव्हतं आणि नवीन मालकाला हे सगळं सांगितल्यावर आणि त्याला फोटो दाखवल्यावर तो नक्कीच ते घर घेणार नव्हता, याची दोघांनाही खात्री होती.

आणि तसंच झालं. नवीन मालकानं या असल्या घरात आपल्याला राहायला जमणार नाही म्हणून झालेला व्यवहार मोडला. मात्र त्याने ही गोष्ट सांगितल्याबद्दल शेखरचे आणि प्रभाकरचे मनापासून आभारही मानले.

घराचा व्यवहार मोडला याचा शेखरला खूप आनंद झाला. तो निर्धास्तपणे त्या घरात राहायला मोकळा झाला. त्या रात्री काढलेल्या फोटोत दुसरं कोणीही अनोळखी घरात दिसलं नाही. शेखर आता मुंबईला परत जायला मोकळा होता; पण त्या घराची ओढ त्याला इतकी होती की अजून चार दिवस तिथंच राहावं असा निर्णय त्यानं घेतला.

प्रभाकरनेही मग त्याच्याबरोबरच चार दिवस राहायचं ठरवलं. फोटो काढून, तिथे अजून कोणी नाही ना हे पाहायचा उद्योग मात्र त्यांनी तसाच चालू ठेवला.

चार दिवस संपले. मुंबईला आता जायलाच हवं होतं. सगळी कामं तिकडे खोळंबली होती. घर काय शेखरचंच होते. तो केव्हाही येऊन तिथे राहू शकत होता. सकाळी लवकर उठायचं म्हणून दोघेही रात्री लवकरच झोपले.

पहाटे कधीतरी प्रभाकर जागा झाला. शेजारी शेखर नव्हता. प्रभाकरला आश्चर्य वाटलं. तो उठला आणि सगळ्या घरात ''शेखर- शेखर-'' म्हणत त्याला शोधू लागला. शेखर कुठेच दिसत नव्हता.

एवढ्यात माजघरातून शेखरचा आवाज आला.

''प्रभाकर, कॅमेरा घेऊन ये जरा-''

प्रभाकर कॅमेरा घेऊन माजघरात गेला. शेखर माजघरातल्या जमिनीवर एका पाटावर बसला होता. त्याच्या शेजारी त्याने आणखी चार पाट लावले होते; पंगत जेवायला

बसावी तसे.

"आमचा सगळ्यांचा फोटो घे प्रभाकर'' शेखर म्हणाला.

"तुमच्या सगळ्यांचा?'' प्रभाकरने न उमजून विचारलं.

"घे तर खरं-'' असं म्हणून शेखरने शेजारच्या पाटावर बसलेल्या कुणाकडेतरी अंदाजाने बघितलं.

प्रभाकरच्या लक्षात आलं. शेखर काहीतरी क्लृप्ती करून, न दिसणारी माणसं ओळखण्याचा प्रयत्न करतोय. त्यानं पटकन फोटो घेतला.

"बघ काही दिसतंय का-'' शेखर म्हणाला.

प्रभाकरने फोटो बघण्यासाठी कॅमेरा पुन्हा चालू केला. फोटोत चार जण जेवायला बसल्याचं स्पष्ट दिसत होतं. आणि शेखर शेजारच्या व्यक्तीकडे बघून समाधानानं हसत होता. घरात काहीतरी कार्यक्रम असावा. खूप माणसं होती आजूबाजूला.

प्रभाकरने वर बघितलं. माजघरात कुणीच नव्हतं. शेखरही नव्हता. प्रभाकरने घाबरून पुन्हा तो फोटो बघितला. शेखरचा चेहरा धूसर दिसत होता; पण तो होता त्या फोटोत. इतरांबरोबर जेवायला बसला होता! डिजिटल फोटो बनून.

३

सोबत

सदैव किरकिरत असलेला लहान मुलगा, अर्धवट झोपेत असलेला, पेंगुळलेला नवरा आणि एक लहानशी सुटकेस हे सगळं बरोबर घेऊन ती स्त्री रेल्वेत श्रीधरच्या सीटच्या समोरच्या सीटवर पसरली होती. नवऱ्यापेक्षा तीच जास्त धडधाकट, कणखर आणि तितकीच देखणीही दिसत होती.

गाडीत बसल्यापासूनच नकळतपणे तिनं श्रीधरचं लक्ष वेधून घेतलं होतं. श्रीधरची नजर वारंवार तिच्याकडे जात होती. तिची प्रत्येक हालचाल त्याला खूपच आकर्षक वाटत होती. मांडीवरच्या मुलाला बाजूला ठेवून ती खिडकी उघडण्याचा प्रयत्न करून लागली; पण तिला ते जमत नव्हतं. तिने पटकन श्रीधरकडे पाहिलं.

श्रीधर उठला आणि थोडा जोर लावून त्यानं खिडकी उघडली.

''थँक यू'' ती म्हणाली.

''कुठपर्यंत जाताय्?'' श्रीधरने थोडंस दबकतच विचारलं. त्याचा प्रश्न ऐकून, गुडघ्यात मान घालून बसलेल्या तिच्या नवऱ्याने एकदम वर बघितलं. त्याच्या डोळ्यांत दिसणारी रागाची छटा बघून श्रीधर नाही म्हटलं तरी थोडा धास्तावलाच.

''नागपूरला जातोय आम्ही'' नवऱ्याकडे पूर्णपणे दुर्लक्ष करीत तिनं श्रीधरच्या प्रश्नाला उत्तर दिलं.

श्रीधरच्या मनात अजून अनेक प्रश्न होते. त्याला बरंच काही तिला विचारायचं होतं. तिच्याबद्दल वाटणारं आकर्षण म्हणून आणि वाटणारं गूढ म्हणूनही! पण तसं काही करण्याचं धाडस नव्हतं त्याच्यात. तिच्या नवऱ्याने न आवडून काही

वेडवाकडं केलं असतं तर त्याला ते फार कठीण गेलं असतं.

त्यालाही नागपूरलाच जायचं होतं; पण त्यानं तिला तसं काही सांगितलं नाही. तो खिडकीतून बाहेर बघू लागला. गाडीत फारशी गर्दी नव्हतीच. त्याच्या शेजारी तर कुणीच नव्हतं. वेळ जाता जात नव्हता. इतका वेळ तो समोरच्या स्त्रीकडे मधूनमधून बघत होता. पण आता त्याला तोही धीर होत नव्हता.

"चाय, चाय् -" असं ओरडत जाणाऱ्या मुलाला त्यानं थांबवलं.

"चाय देना भाई, एक-" असं म्हणत त्यानं समोर पाहिलं. ती त्याच्याकडेच बघत होती.

"घेणार चहा?" त्यानं अनवधानानं तिला विचारलं.

"चालेल-" ती म्हणाली.

"और दो देना भाई--" तो चहावाल्या पोऱ्याला म्हणाला.

"दोन नको. एकच दे--" ती चहावाल्याला म्हणाली.

"तुमचे मिस्टर घेणार नाहीत का?" श्रीधरने विचारलं.

तिनं मानेनंच नकार दिला. नवऱ्याने त्या दोघांकडे पाहिलं; पण तो काहीच न बोलता बाहेर बघू लागला. नवरा काहीच बोलला नाही हे बघून श्रीधरला थोडा धीर आला.

चहा पिऊन झाल्यावर, तिच्या हातातला कप श्रीधरने घेतला आणि खिडकीबाहेर टाकला. तिला वाटणारी कृतज्ञता तिच्या डोळ्यातून श्रीधरला लगेच जाणवली. तो हरखून गेला!

तिचा नवरा गुडघ्यात मान खुपसून सीटच्या कोपऱ्यावर बसून होता. मुलगाही झोपला होता. ती खिडकीबाहेर बघता बघता मधेच श्रीधरकडे बघत होती; पण यापेक्षा जास्त काहीच घडत नव्हतं.

तासाभरातच नागपूरच्या स्टेशनात येऊन गाडी थांबली. तिनं मुलाला उचललं आणि ती खाली उतरली. नवराही तिच्यामागोमाग उतरला. श्रीधरने सीटखाली ठेवलेली बॅग उचलली आणि त्यांच्यामागोमागच तोही खाली उतरला.

प्रवास फार नव्हता पण श्रीधर अगदी कंटाळून गेला होता. गाडीतून खाली उतरल्या उतरल्याचं तो फलाटावरच्या समोरच असलेल्या चहाच्या दुकानापाशी गेला. तिथेच शेजारी असलेल्या बाकावर आपल्या हातातली बॅग टाकून मुलाला बाकावर ठेवून ती साडी नीट करीत उभी होती. नवरा जवळपास दिसत नव्हता.

"चहा आणतो. थांबा." असं तिच्याकडे पाहात तो म्हणाला. ती काहीच बोलली नाही.

चहाचे तीन कप घेऊन तो बाकापाशी आला तेव्हा नवरा तिच्या मुलाला घेऊन फलाटाच्या दुसऱ्या टोकाकडे चालत जाताना त्याला दिसला.

"चहा आणलाय त्यांच्यासाठी. बोलवा त्यांना." तो तिच्याकडे बघून म्हणाला.

"तो गेलाय पुढे. आपणच पिऊ." असं म्हणत तिने त्याच्याकडून चहा घेतला. नवरा तिथे नाही असं बघून श्रीधरने धीर करून म्हटलं.

"कुठे जाणार?"

"वैभवनगर. थोडं लांब आहे. तुम्ही कुठे जाणार आहात?" तिचा प्रश्न ऐकून श्रीधरला बरं वाटलं. इतक्या वेळानं तिने त्याला काहीतरी विचारलं होतं.

"मी वैभवनगरच्याच पुढे जाणार आहे. मी एक घर घेतलंय तिथे भाड्याने. मी सोडू का तुम्हाला वैभवनगरपर्यंत?" श्रीधरने विचारलं.

"चालेल. तेवढीच सोबतही होईल तुमची." ती म्हणाली. श्रीधर थांबून तिच्या नवऱ्याची व मुलाची वाट पाहू लागला.

"चला. जाऊया नं?" तिने विचारलं.

"हो जाऊया ना. तुमचे मिस्टर येऊ देत. एकदमच जाऊ--" श्रीधरने म्हटलं.

"तो येईल सावकाश. आपण जाऊ--" असं म्हणत बाकावरची बोचकी घेत ती निघाली.

रिक्षात बसल्यावर श्रीधरने तिच्याबद्दल आणखी काही कळतं का ते पाहावं म्हणून थोडी चाचपणी केली; पण ती लग्न झाल्यापासून वैभवनगरलाच राहाते आणि तिचं नाव मीनल आहे यापेक्षा त्याला काही कळलं नाही.

रिक्षातून उतरता उतरता तिने त्याचं नाव आणि तो नेमका कुठे राहतो ते विचारलं.

"थँक्स, श्रीधर. या कधी वेळ झाला तर. मी इथं समोरच राहते." तिने समोरच्या सोसायटीतल्या खालच्या मजल्यावरच्या घराकडे हात करीत म्हटलं.

"हो, येईन की. नक्की येईन-" श्रीधरने म्हटलं. त्याला माहीत होतं की पुन्हा तिथं यायचं त्याला काहीच कारण नव्हतं. कदाचित ते जमणारही नव्हतं!

श्रीधर घरी आला, पण एक विलक्षण अशी हुरहुर मनाला लावूनच. मीनल त्याला इतकी आपलीशी का वाटत होती ते त्याचं त्यालाच कळत नव्हतं. तिच्या रूपाची भुरळ त्याच्यावर पडली होतीच; पण ते तेवढंच नव्हतं. कुठलीतरी अनामिक ओढ वारंवार त्याला तिचाच विचार करायला भाग पाडत होती.

दुसऱ्या दिवशी संध्याकाळी कामावरून तो घरी आला तेव्हा घराच्या फाटकाजवळच मीनल उभी असल्याचं त्यानं पाहिलं. मोटरसायकल फाटकाजवळच उभी करून तो पटकन पुढे आला,

"मीनल, तुम्ही?"

"चालेल ना आले तर?" तिनं हसून विचारलं. आज ती खूपच प्रसन्न आणि आकर्षक दिसत होती.

"हो. चालेल म्हणजे काय? या-" तो आनंदून म्हणाला.

मीनल आत आली. ती मुळातच अतिशय देखणी होती आणि श्रीधरकडे आल्यामुळे बहुधा जास्तच छान दिसत होती. श्रीधरलाही तसंच वाटलं. तिच्या येण्यानं, श्रीधरचं ते दोन खोल्यांचं घर अगदी मोहरून गेलं.

"आज इकडे कुठे?" श्रीधरने विचारलं.

"तुमच्याकडेच. तुम्हालाच भेटायला." ती म्हणाली.

"आणि मुलगा कुठेय? मिस्टर आहेत का घरी?" त्याने विचारलं.

"हं." ती पुटपुटली.

"मी एकटाच असतो इथे. माझं लग्न नाही झालेलं." तो म्हणाला.

"मला वाटलंच होतं." ती म्हणाली त्याच्याकडे रोखून बघत.

"कसं? मी तर काहीच सांगितलं नव्हतं तुम्हाला-" तो म्हणाला.

"ते कळतं आम्हाला. नजरेतूनच, तुम्हा पुरुषांच्या-" ती हसून म्हणाली.

श्रीधरला एकदम अपराध्यासारखं वाटलं.

"सॉरी, सॉरी. व्हेरी सॉरी. पण--"

"नाही हो. एवढं लावून नका घेऊ मनाला." ती समजूत काढल्यासारखं म्हणाली.

"आता तुमचं लग्न नाही झालेलं म्हणजे मलाच चहा करून घ्यायला हवा. नाही का?"

"छे, छे असं कसं. तेवढा येतो मला करायला." श्रीधर असं म्हणत आतल्या खोलीत आला. तीही त्याच्यामागून आत आली आणि चहा करण्याचं काम तिने आपल्याच हातात घेतलं.

ती चहा करीत होती. श्रीधर काही न बोलता तिच्याकडे बघत होता. त्याला ती खूप आवडली होती. तिच्याकडे बघता बघता विचारांचं काहूर माजलं होतं त्याच्या डोक्यात. त्याला जे वाटत होतं ते प्रत्यक्षात येणं केवळ अशक्य होतं. ती विवाहित होती. एका मुलाची आईही होती, आणि शिवाय त्याला तिच्याबद्दल काही म्हणजे काहीच माहिती नव्हती.

"चहा-" तिनं त्याच्यासमोर चहा ठेवला आणि तो भानावर आला.

तिला त्याचा बुजरेपणा, घाबरटपणा, गोंधळ, सगळं सगळं खूप आवडत होतं.

"जाऊ मी आता?" चहा घेऊन झाल्यावर ती म्हणाली.

“पण तुम्ही कशासाठी...” त्यानं अडखळत विचारलं.

“काही काम नव्हतं. तुमचं घर बघायला आणि तुम्हाला भेटावं म्हणून आले. इतकंच.” ती म्हणाली आणि दरवाजाकडे जाता जाता म्हणाली,

“या माझ्याकडे कधीतरी. घर माहीतच आहे तुम्हाला-”

“नक्की येईन.” तो म्हणाला. ती आज तिथंच राहावी असं त्याला वाटत होतं; पण ते शक्य नव्हतं. त्यालाही ते माहीत होतं.

मीनल गेली पण त्याचं भावविश्व पूर्णपणे ढवळून गेली. त्याला जे तिच्याबद्दल वाटत होतं ती मैत्रीची भावना होती, प्रेम होतं की केवळ आकर्षण होतं? त्याला काहीच कळत नव्हतं. सगळं वास्तव माहीत असूनही दोन दिवस जिवाची झालेली तडफड सहन न होऊन त्यानं मीनलच्या घरी जायचा निर्णय घेतला.

तो तिच्या घरी आला तेव्हा मीनल घरात एकटीच होती. तिचं मुलही कुठे दिसत नव्हतं.

“मला खात्री होती तुम्ही याल. बसा.” श्रीधरला बघून झालेला आनंद तिच्या चेहऱ्यावरून आणि हालचालीतून अगदी ओसंडून वाहात होता.

यावेळच्या भेटीतही त्याला तिच्याबद्दल फारसं अधिक काही कळलं नाही. ते कळलंच पाहिजे असं त्यालाही नाही वाटलं. तो घराबाहेर पडला तेव्हा संध्याकाळ झाली होती. काळोख दाटून येत होता. बाहेरच्या मोकळ्या जागेत मीनलचा नवरा त्यांच्या मुलाला घेऊन कोपऱ्यातल्या खुर्चीवर बसला होता. त्यानं श्रीधरकडे बघितलं आणि श्रीधर नखशिखान्त घाबरला. तो तिथून पटकन बाहेर पडला. मीनलच्या नवऱ्याशी बोलण्याचं धाडस नाही झालं त्याला.

मोटरसायकल सुरू करता करता त्यानं पुन्हा एकदा घराकडे पाहिलं. मीनल दारात उभी होती. त्याच्याकडे बघून हात हलवित होती.

श्रीधरचं कामात अजिबात लक्ष लागत नव्हतं. राहून राहून मीनलचीच आठवण येत होती त्याला. मीनलचीही बहुधा तीच अवस्था असावी असं श्रीधरला वाटत होतं. श्रीधरकडे तिचं येणंही वाढलं होतं. तो मात्र तिच्याकडे दोन-चार वेळाच गेला होता; कारण तिच्या नवऱ्याची त्याला खूप भीती वाटत होती.

तिच्या नवऱ्याशी खरं म्हणजे त्याचं एकदाही बोलणं झालं नव्हतं. मीनलनेही तिच्या नवऱ्याची ओळख श्रीधरशी करून दिली नव्हती. श्रीधर जेव्हा जेव्हा मीनलच्या घरी गेला त्यावेळी तिचा नवरा नसायचा आणि श्रीधर संध्याकाळी गेला तर तो एकटाच कुठेतरी बसून असायचा, मुलाला सांभाळत.

श्रीधरकडे रागावून बघण्याशिवाय त्याने कधीच कसला विरोध केला नव्हता.

मीनलला काही बोलण्याचंही धाडस नव्हतं बहुधा त्याच्यात! मीनलचा नवरा काहीच बोलत नाही हे बघून श्रीधरही थोडा धीट झाला होता. त्यामुळे दोघांच्या गाठीभेटीही खूपच वाढल्या होत्या.

शेवटी न राहवून एके दिवशी श्रीधरने तिच्यासमोर लग्नाचा प्रस्ताव ठेवलाच.

''असं किती दिवस नुसतं भेटत राहायचं मीनल? काही तरी निर्णय घ्यायलाच हवा असं नाही तुला वाटत?'' त्यानं विचारलं.

''माझी तयारी आहे.'' ती म्हणाली.

''पण तुझे मिस्टर, मुलगा. निदान मुलाचा तरी विचार करावाच लागेल ना?'' श्रीधरने मुख्य समस्या तिच्यासमोर मांडली.

''तू नको त्याचा विचार करू. मी पाहते काय ते. मात्र लग्न नोंदणी पद्धतीनेच करू. कुणाची परवानगी नको घ्यायला आणि कुणाला बोलवायलाही नको.'' मीनल म्हणाली.

मनात थोडी धाकधूक ठेवूनच श्रीधरने होकार भरला आणि लौकरच दोघांचं लग्न झालं. लग्न झालं त्याच दिवशी मीनल श्रीधरच्या घरी राहायला आली. ती आली तेव्हा तिचा नवरा आणि मुलगा तिच्याबरोबर आले नव्हते.

मीनललाही त्यात काही विशेष वाटलं नव्हतं. श्रीधरला आश्चर्य वाटलं; पण तो काहीच बोलला नाही. त्याच्या दृष्टीने मीनल त्याच्या घरी येणांच महत्त्वाचं होतं.

पुढच्या दोन दिवसातही मीनलचा नवरा आणि मुलगा त्याच्याकडे आले नाहीत. श्रीधरच्या मनाचा उडालेला गोंधळ मीनलला कळत होता. शेवटी ती त्याला म्हणाली,

''येतील दोघेही लौकरच इथे. नको काळजी करू.''

''म्हणजे? आणि त्यांनी काही अडचण निर्माण केली तर?'' श्रीधरने विचारलं.

''नाही करणार. कारण-'' ती पुटपुटली.

''कारण?'' श्रीधरने घाबरून विचारलं. त्याच्या मनात शंकेची पाल चुकचुकली.

''कारण ते दोघेही या जगात नाहीयेत श्रीधर.'' ती म्हणाली आणि श्रीधर एकदम हादरून गेला.

''पण मग-'' तो गोंधळून म्हणाला.

''सांगते.'' असं म्हणून मीनलने श्रीधरला सगळा प्रकार सांगितला.

मीनलचं लग्न झाल्यावर थोड्याच दिवसांत तिच्या नवऱ्याची नोकरी गेली. शिल्लक असलेल्या पैशांवर त्यांनी संसार तसाच रेटत नेला. त्याने पुन्हा नोकरीचे खूप प्रयत्न केले पण काही उपयोग झाला नाही. मुलगा झाला आणि जगणं आणखीनच कठीण झालं.

परिस्थितीने गांजून गेल्यामुळे वैफल्यग्रस्त होऊन त्याने स्वत:बरोबरच मीनलला

आणि मुलाला संपवण्याचा मार्ग पत्करला. सुदैवाने ती वाचली; पण तो आणि मुलगा नाही वाचले!

"पण ते दोघंही असतात की तुझ्याबरोबर." श्रीधरने न समजून विचारलं.

"ते मलाही नाही सांगता येणार; पण माझ्या काळजीपोटी, प्रेमाखातर आणि मला मुलगा दिसावा म्हणून कदाचित तो माझ्याजवळपास राहतो नेहमी. माझ्या सोबतीला असतो कायमचा. तो कसलाही त्रास नाही देत मला श्रीधर. मला तो दिसतो फक्त. मुलगा कधीतरी येतो माझ्याकडे. मलाही सगळं गूढच वाटतंय. तुलाही तो त्रास नाही देणार. मला खात्री आहे." तिने उलगडा केला.

मीनलने उलगडा केला खरा पण श्रीधरचं धास्तावलेलं मन काही थाऱ्यावर येत नव्हतं. सगळंच त्याच्यासाठी अतर्क्य आणि अनाकलनीय होतं.

दोन दिवसांनी संध्याकाळी श्रीधर कामावरून घरी आला तेव्हा, त्याच्या घराबाहेरच्या व्हरांड्यात कोपऱ्यातल्या खुर्चीवर मीनलचा नवरा तिच्या मुलाला घेऊन बसला होता. श्रीधरच्या काळजात धस्सं झालं. तो पटकन घरात गेला. मीनल त्याचीच वाट बघत होती.

सध्या श्रीधरच्या घरात त्याच्याबरोबर आणखी तीन माणसं राहतात. मीनल, तिचा नवरा आणि मुलगा! श्रीधर आणि मीनल घरात असतात आणि तिचा नवरा आणि मुलगा घराबाहेरच्या व्हरांड्यात-!

४

नलू

नलू म्हणजे माझी पत्नी. अलिबागच्या आपट्यांची मुलगी. तुम्ही म्हणाल ती कुणाची मुलगी हे सांगण्याची काही गरज आहे का? ती तुमची कोण एवढं सांगा म्हणजे झालं! मलाही खरं म्हणजे असंच वाटत होतंक की ती कुणाची मुलगी याला फारसं महत्त्व नाही. ती माझी पत्नी आहे यातच सारं आलं.

नाहीतरी लग्न करतेवेळी कुठले आपटे, काय करतात, याची चौकशी कुठं केली होती? प्रेमाच्या जीवघेण्या ओढीमुळे केलेल्या लग्नाला चौकशा आणि परवानग्या हव्यात कशाला? मी तर नलूचं संपूर्ण नावही विचारलं नव्हतं त्या वेळी. तिचं आडनाव आपटे अन् घर अलिबागला हे मला लग्नानंतरच तिनं सांगितलं होतं.

लग्नानंतर लगेचच नलूच्या हट्टापायी मी अलिबागला बदली करून घेतली. अलिबागला इतक्या लगेच बदली होईल याची मला अजिबात खात्री नव्हती, पण माझ्यापेक्षा नलूचाच आत्मविश्वास दांडगा होता. त्याप्रमाणं बदली झालीही.

नलूचं माहेर अलिबागलाच आणि आमचं लग्न असं चोरून झालेलं. मला तिथं राहाणं थोडं अवघड वाटत होतं; पण नलू म्हणाली की गावापासून थोडं दूर घर घेऊन राहू म्हणजे कुणाशी संबंधच येणार नाही.

मलासुद्धा नलूशिवाय दुसरं काहीच नको होतं. गावाबाहेर एक छोटेखानी बंगली घेऊन आम्ही तिथं राहू लागलो. गावापासून अलिप्त, स्वतंत्र!

जवळजवळ महिन्याभरात आमच्याशिवाय तिसरं कुणी तिथं आलं नव्हतं आणि मग अचानक एकदा माधव, माझा जवळचा मित्र, पुण्याहून रात्रीच्या मुक्कामाला माझ्या

त्या बंगलीत येऊन दाखल झाला. इतक्या दिवसांनी घरात आणखी कुणी आल्यामुळं मला खूपच आनंद झाला.

शिवाय माधवच्या येण्यानं मला माझी एक सुप्त इच्छा पूर्ण करून घेता येणार होती. मला नलूची पत्रिका करून घ्यायची होती. माधवचं ज्योतिषविद्येवर विलक्षण प्रभुत्व होतं.

रात्री जेवणखाण आटोपल्यावर मी माधवला माझी इच्छा सांगितली. तो लगेच तयार झाला; पण नलूनं खूप आढेवेढे घेतले. ती माधवसमोर यायला अजिबात तयार नव्हती. मी माधवकडे पाहिलं. तो नलूकडे निरखून पाहात होता. आढेवेढे घेताना, नको नको म्हणताना होणारी तिची प्रत्येक हालचाल बारकाईनं पाहात होता. क्षणभरानं तो जणू भानावर आला. म्हणाला,

''अरविंदा, ती नको म्हणत्येय तर राहू दे. नाहीतरी पत्रिका बघून काय होणारेय?''

''म्हणजे?'' मला त्याचा सूर थोडा विचित्र वाटला.

''काही नाही, सांगेन उद्या.'' तो मला हळूच म्हणाला.

म्हटलं, ''ठीक आहे. उद्या तर उद्या. अशा ज्ञानी माणसांची मर्जी सांभाळावीच लागते म्हणे!''

दुसऱ्या दिवशी माधव पुण्याला गेला. पण जाताजाता माझं सगळं संथ सुंदर जीवन विस्कटून गेला.

''तुझ्या बायकोची पत्रिका कुणालाच करता येणार नाही अरविंदा. तिच्या तळहातावर एकही रेषा नाही, हे तू बघितलंच असशील म्हणा.'' तो म्हणाला.

''हो, पाहिलंय. पण मला त्यात काही विशेष नाही वाटत.''

''नाहीच वाटणार. कारण तू तिच्या हातात - नाही, हृदयात - अडकलायस.''

''पण -'' मी भांबावलो.

''जपून रहा. अर्थात तू जास्त दिवस जपून नाही राहू शकणार, असा माझा तर्क आहे. तुझ्यामाझ्यासारखी ती मानवी नाही वाटत अरू.'' तो रोखून पहात म्हणाला.

''अरे, पण -''

''मला माहितीय तुला काय म्हणायचंय ते. तू इतके दिवस तिच्या सहवासात काढले आहेस. तुला तिचा गरम, उष्ण स्पर्श परिचित आहे. तो कसा अमानवी असेल? असं तुला म्हणायचंय -''

''हं!'' मी उद्गारलो.

''तो स्पर्श फसवा असेल, मायावी असेल. माझ्या शास्त्राप्रमाणं एकही रेष नसलेले हाताचे तळवे म्हणजे -''

''नको माधव, काही नको सांगू.'' पुढचं काही ऐकणं माझ्या आकलनशक्तीच्या पलीकडचं होतं.

त्या दिवसापासून माझ्या मनावर भयाचा आणि संशयाचा एक दाट, अनामिक थर साचू लागला. नलूला मी प्रेमापेक्षा भयानंच अधिक बिलगू लागलो. अशा वेळी मन मोठ्या कात्रीत सापडत होतं. तिचा तो स्पर्श हवाहवासा, ओढ लावणारा वाटत होता; पण तिचे ते कोऱ्या पाटीसारखे दिसणारे हाताचे तळवे माझं मन भयानं कोंदून टाकत होते...

कुठलीही चौकशी न करता, उतावीळपणं केलेल्या लग्नाची आता धास्ती वाटायला लागली होती.

माझ्या मनातली ही खळबळ नलूला कळू नये म्हणून मी जागरूक रहात होतो. पण कधीतरी, एखाद्या गाफील क्षणी माझ्या मनातलं भय माझ्या चेहेऱ्यावर उमटतंच असावं.

त्यानंतर अनेक दिवस मी काहीतरी घडण्याची वाट पहात होतो. काय ते नेमकं मलाही कळत नव्हतं; पण काहीतरी... काहीतरी विचित्र... कदाचित भयानक...! पुढे जे काही माझ्यावर ओढवणार होतं त्याची चाहूल लागेल असं काहीतरी घडायची मी वाट पहात होतो. नलूची प्रत्येक हालचाल काळजीपूर्वक पहात होतो... कारण तिच्याकडूनच मला मिळाली तर काही पूर्वसूचना मिळणार होती. म्हणजे माधवनं सांगितलं त्यात काही तथ्य असलं असतं तर.

पण गंमत बघा. मला जे घडायला पाहिजे होते ते बरेच दिवस घडलंच नाही. ज्याची दाट सावली माझ्यावर पडल्यासारखी वाटत होती ते भयही मग दिवसेंदिवस कमी होत गेलं. मी खूपच नॉर्मल झालो. नेहमीसारखा वागू लागलो. माधवच्या बोलण्यावर विश्वास टाकून नलूविषयी साशंक राहिलो, याची खंत वाटू लागली.

अन् मला असं गाफील गाठून एकदिवशी सत्य माझ्या समोर प्रकट झालं!

त्या दिवशी संध्याकाळी कामावरून यायला मला तसा उशीरचं झाला होता. घरी परतलो तेव्हा सात-सव्वासात वाजले होते. पावसाळ्याचे दिवस होते. त्यामुळे बाहेर चांगलंच अंधारून आलं होतं.

बंगल्याचं बाहेरचं फाटक उघडंच होतं. मला आश्चर्य वाटलं. नलू एकटीच घरी असली म्हणजे फाटक लावून घ्यायचं कधीच चुकायचं नाही. मी आत आलो अन् फाटक लावून टाकलं.

घराचा दरवाजाही अर्धवट ढकललेला होता. दार ढकलण्यापूर्वी सहज आत पाहिलं. नलू दिवाणखान्यातल्या कोचावर बसून भकास नजरेनं छताला टांगलेल्या

पंख्याकडे पहात होती.

नलू? आणि अशी बसून? सदैव काही ना काही उद्योग करत असणारी नलू रिकामी बसलेली बघून मला विचित्र वाटलं.

''नलूऽ'' असं म्हणत मी दार ढकललं. कोचावर बसलेली नलू शॉक बसावा तशी ताडकन् उठली अन् माझ्या दिशेनं येऊ लागली. तिचे डोळे लालबुंद झाले होते. नजर क्रोधानं विस्फारलेली होती. मी कधीच न पाहिलेली लाल रंगाची भडक साडी तिनं नेसली होती.

क्षणभर मी भयानं थिजून गेलो. ती आता माझ्यावर येऊन आपटणार असं वाटलं म्हणून मी बाजूला झालो अन् ती उघड्या दारातून सुसाट बाहेर पडली. दुसऱ्या क्षणी बाहेरचं फाटक वाजलं अन् मी ओरडलो -

''नलूऽऽ'' माझी हाक ऐकून स्वयंपाकघरातून नलू धावतच बाहेर आली.

त्या तसल्या विलक्षण प्रकारानं माझी मती कुंठित झाली. माझं थरथरणारं अंग सावरत नलू म्हणाली.

''अहो, असं काय करताय? काय झालंय तुम्हाला? थांबा, मी पाणी आणते थोडं -''

''नको. तू इथंच थांब.'' पाणी आणण्याच्या मिषानं ही बाहेर जाईल अशी शंका मला येत होती. थोड्या वेळानं मी जरासा सावरलो. तिचे तळहात हातात घेऊन ते वेड्यासारखे पाहात बसलो. तिचे ते जगावेगळे नितळ हात मी अनेक वेळा पाहिले होते, पण आज त्या हातांची मला धास्ती वाटत होती.

''नलू, मघाशी इथं कुणी आलं होतं?'' मी विचारलं.

''इथं? कुणीच नाही. तुम्ही सकाळी गेल्यापासून मीच तर आहे एकटी घरात -''

''मग बाहेरचं फाटक कुणी उघडलं होतं?''

''फाटक? तुम्हीच जाताना उघडं ठेवलं असेल सकाळी. मी तर सकाळपासून घराच्या बाहेर पाऊलसुद्धा टाकलं नाही आज -''

मलाही नीटसं आठवत नव्हतं. मी म्हटलं, ''हां, असेलही कदाचित! पण मग हे पुढचं दार नाही का लावायचं? कुणी आलं म्हणजे?''

''दुपारी मीच दार लावायचं विसरल्ये अन् राहिलं एखाद दिवशी दार लावायचं तर काय बिघडलं?'' नलूचे डोळे हे विचारताना लकाकले.

''काय बिघडलं? तुला माहिती आहे -'' मी वाक्य अर्धवट सोडलं.

''काय?'' नलूनं अंधुकसं हसत विचारलं.

''काही नाही. जाऊ दे -''

"ठीक आहे. जेव्हा तुमचा मूड लागेल तेव्हा सांगा -" नलूचं हे उत्तर मला अपेक्षित नव्हतं. तिच्या त्या उत्तरानं माझं बोलणंच खुंटलं. मला पुन्हा विषय काढावा असं वाटलं नाही. त्या प्रसंगानं मी खूप शिणून गेलो होतो.

रात्रभर डोळ्याला डोळा लागला नाही. नलूला संध्याकाळचा प्रकार सांगावा असं सारखं वाटत होतं, पण धाडस होत नव्हतं. कदाचित नलूच्या मनाविरुद्ध काही घडलं अन् ती निघून गेली तर? नलूशिवाय जगण्याची कल्पनाही मला करता येत नव्हती. संध्याकाळी ती नलूसारखी दिसणारी - की नलूच होती ती? - बाहेर निघून गेली तेव्हा किती जिवाच्या आकांतानं ओरडलो होतो मी? छे! नलूच्या बाबतीत कुठलाच धोका मला पत्करायचा नव्हता. नलूला काहीही विचारायचं नाही, हे निश्चित केलं. मन थोडं सावरलं. मग मला जराशी झोपही लागली.

पहाटे एकाएकी जाग आली. शेजारी नलू नव्हती. मी एकदम उभाच राहिलो. कालच्या प्रसंगाची तीव्रता अजून कमी झाली नव्हती. आतल्या खोलीच्या दाराशी लावलेला पडदा मंद वाऱ्यानं हलत होता.

मी लाइट न लावताच दारात जाऊन उभा राहिलो. पडदा किंचित बाजूला सरकवला अन् आत नजर टाकली....

खिडकीतून चांदण्यांचा मंद - स्वच्छ प्रकाश सांडला होता. खोलीच्या मध्यभागी नलू बसली होती. तिच्यासमोर पाट होता. पाटावर काहीतरी अक्षरं काढल्यासारखं दिसत होतं. पाटाच्या मध्यावर एक तांब्याचं भांडं उपडं टाकलेलं होतं.

नलू काहीतरी पुटपुटत होती. भकास नजरेनं त्या भांड्याकडे पहात होती. तिचे केस विस्कटून खांद्यावर पसरले होते. तिचं सगळं अंग थरथरत होतं आणि कदाचित... कदाचित तिच्या समोरचा पाटही थरथरत असावा. मला नीटसं दिसत नव्हतं.

तो अनाकलनीय प्रकार पहात मी किती वेळ तिथं जमिनीला खिळून उभा होतो; मला आता आठवत नाही... मी भानावर आलो तेव्हा नलू खोलीतून बाहेर येत होती. मला पाहताच ती थबकली. तिच्या नजरेतून जणू क्रोधाच्या ज्वाळा बाहेर पडत होत्या. मला हाताच्या झटक्यासरशी बाजूला करत ती उद्गारली,

"माझी सुटका कर... सुटका कर... किती दिवस असा अडकवून ठेवणार आहेस मला? नाहीतर तुलाही माझ्याबरोबर न्यावं लागेल मला! हो बाजूला."

मी धडपडत बाजूला झालो.

नलू कोचावर जाऊन पसरली अन् क्षणार्धातच तिची शुद्ध हरपली.

सकाळी नलू पुन्हा एकदा नेहमीच्या दिनक्रमात गुंतली... नेहमीसारखीच प्रसन्न हसतमुख.

दुपारी जेवताना मी नलूजवळ पहाटेचा विषय काढलाचं. मला वाटलं होतं की ती चिडून काहीतरी म्हणेल, रागावेल; पण तिला त्यातलं काहीच आठवत नव्हतं. तिला फक्त याचंच आश्चर्य वाटत होतं की सकाळी ती जागी झाली तेव्हा कोचावर होती.

दुसऱ्या आणि तिसऱ्या दिवशी रात्री याच प्रकाराची पुनरावृत्ती झाली आणि माझी सहनशक्ती संपुष्टात आली.

नलू संध्याकाळी, रात्री झपाटल्यासारखी वागत होती.

रात्री पाटावर भांडं उपडं टाकून काहीतरी पुटपुटत होती.

तिच्या तळहातावर रेषा नाहीत!

मी तिला अडकवून ठेवलंय म्हणते... तिची सुटका नाही केली तर मला आपल्याबरोबर नेईन म्हणते... कुठे?

कुठल्याच गोष्टीचं उत्तर सापडत नव्हतं. मी तर रात्रीची आणि संध्याकाळची धास्तीच घेतली होती. काय करावं सुचत नव्हतं. नलूला त्या क्षणी काही विचारायचं मला जमत नव्हतं आणि नंतर तिला काही आठवत नव्हतं.

... आणि अचानक मला माधवची आठवण झाली. सकाळीच उठून पुण्याला गेलो. त्याला सगळी हकिकत सांगितली. त्याला स्वत:च्या डोळ्यांनी, नलू काय करते ते पहायचं होतं. त्याच रात्री त्याला घेऊन अलिबागला परतलो.

उत्तररात्री नलू जागी झाली अन् वाऱ्यासारखी आतल्या खोलीत गेली. आम्ही दोघे तिच्या मागोमाग दाराच्या चौकटीत जाऊन उभे राहिलो.

माधवनं सगळा प्रकार पाहिला अन् मला हळूच म्हणाला,

"अरे, ती प्लँचेट करत्येय."

"प्लँचेट?"

"हो, पण तिला ते जमत नाहीये आणि कधी जमणारही नाही बहुधा."

"पण कशाकरता?"

"तिला तिची सुटका करून घ्यायचीय."

"सुटका?"

"नंतर सांगतो. मला फक्त एक सांग, नलू तुझ्या संसारातून गेली तर चालेल - कायमची?"

"छे छे! माधव काहीतरीच -" मी हतबुद्ध झालो.

"अरे, पण तिच्या असल्या भयग्रस्त सहवासाचा तुला उपयोग तरी काय? आणि तू तिला जाऊ दिलं नाहीस, तर ती तुला तिनं म्हटल्याप्रमाणं आज ना उद्या घेऊन जाईलच-"

‘‘कुठं?’’

‘‘ते मला नाही माहीत. पण त्या वेळी तू जिवंत असणार नाहीस. सांग लवकर, काय करू?’’ माधवनं विचारलं.

मला काय उत्तर द्यावं तेच कळत नव्हतं. नलूशिवाय जगण्यापेक्षा तिच्या बरोबरच जाणं मला अधिक सुखावह वाटत होतं. मी काहीच बोलत नाही असं पाहून माधव तीरासारखा खोलीत धावला.

‘‘थांब नलू... मी सोडवतो तुला!’’ तो ओरडला. नी नलूकडे पाहिलं. तिचे स्फटिकासारखे पारदर्शक दिसणारे डोळे विलक्षण तेजानं चमकत होते.

माधवनं पाट जवळ ओढला. भांडं मध्यभागी उपडं ठेवलं. त्यानं हात जोडले. डोळे मिटले अन् म्हणाला,

‘‘नलू, आमचं काम झालंय. तू गेलीस तरी चालेल. तू गेल्याची खूण म्हणून हे भांडं पाटावरच्या उजव्या कोपऱ्यातल्या अक्षरापर्यंत सरकू दे.’’ असं म्हणून त्यानं आपल्या हाताची तर्जनी भांड्याला स्पर्श करील अशी धरली.

मी नलूकडे पहात होतो.

ती माझ्याकडे पाहून मोहक हसली... मी भान हरपून पुढं सरकलो...

‘‘नलूऽऽ!’’

पण नलू तिथं नव्हती. पाटावरचं भांडं उजव्या कोपऱ्यात सरकत होतं...

दोन मिनिटांनी माधवनं पाट उचलून ठेवला. माझ्या चेहऱ्यावर आश्चर्य, भय, विरहाचा अथांग सागर पसरला होता. मला हाताशी धरून माधव बाहेरच्या खोलीत घेऊन आला.

‘‘अरविंदा, सुटलास तू आणि तीही बिचारी सुटली!’’

‘‘माधव -’’ माझ्या डोळ्यांतून खळकन् अश्रू सांडले.

‘‘दुःख करू नकोस अरविंदा. ऐक. अरे, तुमच्या लग्नापूर्वीच नलूचा मृत्यू झालेला असावा. मग कुणीतरी तिच्या आप्तेष्टांनी म्हणजे या आपट्यांपैकी कुणीतरी प्लँचेट करून तिच्या आत्म्याला काहीतरी प्रश्न विचारायला बोलावलं असावं अन् तिच्या आत्म्याला परत जायची परवानगी न देता प्लँचेटचा प्रयोग अर्धवट सोडून दिला असावा. तुला कदाचित माहीत नसेल अरू, हे प्लँचेट करताना फार खबरदारी घ्यावी लागते. प्लँचेट झाल्यावर, बोलावलेल्या आत्म्याला परत जायची परवानगी द्यावी लागते. नाहीतर तो आत्मा तिथंच अडकून पडतो. तसं काहीसं नलूच्या बाबतीत घडलं असावं.’’

‘‘पण माधव, नलू -’’ मी असंबद्ध पुटपुटलो. ‘‘नलू तेव्हापासून अशीच अडकून पडली असेल. नंतर तू तिला भेटलास आणि तुझ्या प्रेमानं ती पुरती जखडून गेली. तुझ्या

माझ्या जगात ती फार काळ रहाणं अर्थातच शक्य नव्हतं. प्लँचेट करून ती तुला तेच सुचवित होती...

तिला सुटका हवी होती... सुटका!

मी तिला सोडवलीय अरविंदा...''

५

विहीर

आजकाल मोहनचं काहीतरी भयंकर स्वप्न पडल्यामुळे झोपेतून दचकून उठायचं प्रमाण खूपच वाढलं होतं. सुरुवातीला सुरुवातीला जाग आल्यावर त्याला काय स्वप्न पडलं ते आठवायचं नाही. पण गेल्या काही दिवसांत त्याला ते कधी पूर्ण तर कधी अर्धवट, धूसर असं आठवू लागलं होतं.

गेला महिनाभर शकू त्याच्यावर अगदी बारीक नजर ठेवून होती. मोहन दिवसभर काय करतो, कुठे जातो इथपासून तर रात्रीच्या जेवणात आवडीनं काय आणि किती खातो हे सगळं ती बारकाईनं पाहत होती. मोहनला पडणाऱ्या स्वप्नांचा आणि त्याच्या दिनक्रमाचा आणि खाण्याजेवण्याचा अगदी जवळचा सबंध आहे असा तिचा ठाम समज होता. रात्री तो पोटभर जेवला किंवा रात्री जेवताना त्यानं खूप कांदा खाल्ला, दही खाल्लं तर त्या रात्री तो हमखास घाबरून उठायचा हेही तिनं पाहून ठेवलं होतं. पण नेहमीच असा संबंध तिला लावता येत नव्हता. आणि म्हणूनच ती थोडी भांबावली होती. धास्तावली होती.

मोहनला पडणाऱ्या स्वप्नांचा अर्थही तिला लावता येत नव्हता. जुना पडका वाडा, एकाकी घर, अनेक अनोळखी चेहरे, नारळी पोफळीच्या बागा, कधीतरी कुठेतरी बघितलेलं उजाड माळरान असं काही काही दिसल्याचं तो सांगायचा. यात घाबरण्यासारखं असं वरकरणी काही नाही. असं तिला वाटत होतं. मोहनला विचार केल्यावर तसंच वाटायचं पण तो म्हणायचा की हे सगळं त्याला दिसत असतानाच सगळीकडे भयावह वातावरण असायचं. कोणीतरी गच्च धरून ठेवून त्याला ते सगळं दाखवतंय, त्या भागातून ओढत,

फरफटत नेतंय असं त्याला जाणवायचं आणि तो घाबरून ओरडत उठायचा!

मोहनचं झोपेत घाबरण्याचं प्रमाण दिवसेंदिवस वाढतच होतं. काय करावं ते समजत नसल्यामुळे शकूचा तोलही आता ढळेल की काय अशी परिस्थिती निर्माण होत होती आणि अशातच एका रात्री मोहन घाबरून उठताना कापऱ्या स्वरात ओरडला,

''थांब आलो. आहेस तिथेच थांब...!''

त्याचं ते ओरडणं आणि थरथर कापणं बघून शकूचं सगळं अवसानच गळून गेलं.

''मोहन, मोहन, जागा हो. स्वप्न पडलंय. घाबरू नको-'' ती त्याला सावरीत कसंतरी म्हणाली आणि शेजारच्या तांब्यातलं पाणी तिनं बळजबरींनं त्याला पाजलं.

''शकू, मी- मला- ती- तू'' असं असंबद्ध बडबडत मोहन एकदम भानावर आला.

''काय स्वप्न बघितलंस मोहन? लगेच आठवायचा प्रयत्न कर. काहीतरी कळेल...'' शकू त्या तसल्या अवस्थेतही मोहनच्या स्वप्नांचा अर्थ लागतोय का ते पाहण्याचा प्रयत्न करीत होती.

''एका खोल विहिरीत तू पडली होतीस शकू! मलाही बोलावत होतीस-'' मोहनने आठवण्याचा प्रयत्न करीत म्हटलं.

''मी? विहिरीत?'' शकूच्या अंगावर भीतीमुळे सरसरून काटा फुलला.

''बहुधा तूच. तुझ्यासारखीच दिसत होती ती'' मोहन म्हणाला.

''कुठल्या विहिरीत?'' शकूने विचारलं.

''नाही आठवत. पण आजूबाजूला पोफळीची बाग होती. एक पडकं घर होतं आणि...'' मोहन बोलताना थोडा अडखळला.

''आणि, आणि काय मोहन?'' शकूला वाटलं, मोहनच्या त्या स्वप्नाचं कारण आता कळेलच बहुधा.

''नाही. पण असं कसं शक्य आहे?'' मोहन शकूकडे भयग्रस्त नजरेनं पाहत म्हणाला.

''काय कसं शक्य आहे?'' शकूची उत्कंठा शिगेला पोचली होती.

''तू ज्या विहिरीत पडली होतीस ती विहीर त्या पडक्या वाड्यात, घरातच होती'' मोहन पुटपुटला.

''घरात? तू काहीतरी गोंधळ घालतोयस. जाऊ दे. पण हे घर कुठलं. बघितलंय् आपण?'' शकूने विचारलं.

''थोडंसं ओळखीचं पण बरचसं अनोळखी वाटतंय. काहीतरी परिचित आहे खरं. पण काय ते नाही सांगता येत-'' मोहन म्हणाला.

शकू त्या प्रसंगानं पूर्ण गोंधळून गेली होती. दुसऱ्या दिवशी गणपतीच्या देवळात

जाऊन देवाला नवस बोलून आली. मोहनलाही तिने ऑफिसमध्ये कुणाला काही याबद्दल सांगता येईल का ते विचारायला सांगितलं. तिनेही मैत्रिणी, नातेवाईक, शेजारीपाजारी यांच्याकडून स्वप्नांचे अर्थ, त्यांचा संबंध, ते सांगू शकणाऱ्या व्यक्ती याचा मोठ्या हुशारीने शोध घ्यायला सुरुवात केली. मोहनची अवस्था कुणालाही कळू न देता!

मोहनच्या ऑफिसमधल्या काहींनी, स्वप्नात घाबरणाऱ्याने मानसोपचारतज्ज्ञाकडे जावं असा सल्ला दिला. शकूलाही खरं म्हणजे तसं वाटत होतंच. पण तिला खात्री नव्हती. आणि झालंही तसंच. मानसोपचारतज्ज्ञांनी सगळं नीट ऐकून घेतलं आणि सांगितलं की,

"होऊ शकतं असं. मन कमकुवत असल्याचं ते लक्षण आहे!" त्यांनी काही औषधं लिहून दिली.

ती औषधं घेऊनही मोहनच्या स्वप्न पडण्यात आणि घाबरून उठण्यात काही बदल झाला नाही. शकूला अर्थात औषधांचा परिणाम होईल असं वाटत नव्हतंच.

पुढच्या काही दिवसांत मोहनला हे स्वप्न वारंवार पडू लागलं. मोहनच्याच म्हणण्याप्रमाणे त्या स्वप्नातल्या शकूचं म्हणजे शकूसारख्या दिसणाऱ्या स्त्रीचं आर्जव अधिक तीव्र, भेदक आणि काही वेळा भीतिदायक होऊ लागलं होतं. तोही स्वप्नातून जागं होताना, "थांब. मी आलोच" असं म्हणतच उठून बसत होता. हे सगळं शकूच्या सहनशक्तीपलीकडे जाऊ लागलं होतं. तिची रात्रीची झोप कमी झाली होती. मोहनच्या दचकून जागं होण्याची वाट पहाण्यातच तिची रात्र सरत होती.

तिचं मन खूप शिणून गेलं होतं. मोहनला स्वप्नं पडतच होती. त्याचं घाबरून ओरडणंही वाढत होतं. रात्री होणाऱ्या जागरणामुळे ती आता दिवसा गाढ झोपू लागली होती.

एकदा दुपारी ती अशीच कंटाळून, थकून गाढ झोपली होती. तासाभराच्या झोपेनंतर मात्र ती घाबरून जागी झाली होती. तिच्या सगळ्या अंगाला दरदरून घाम फुटला होता. तिला स्वप्न पडलं होतं मोहनला पडतं तसंच! फक्त तिच्या स्वप्नात मोहन विहिरीत पडला होता आणि तिलाही तो विहिरीत बोलवीत होता!

संध्याकाळपर्यंत ती पुन्हा पुन्हा ते स्वप्न आठवून त्याचा अर्थ लावण्याचा प्रयत्न करीत होती. काही गोष्टी तिच्या अगदी स्पष्टपणे लक्षात आल्या होत्या. स्वप्नात दिसलेलं ते घर तिच्या आजोळचं घर होतं. आणि त्या घरातच ती विहीर होती.

शकूचं आजोळ केळशीचं. तिथले मोरेश्वर गोखले हे तिचे आजोबा. लग्नापूर्वी तिचं आजोळला खूप जाणं येणं असायचं. पण लग्न झाल्यावर गेल्या वीस वर्षांत ती केळशीचं आपलं आजोळ अगदी पूर्णपणे विसरून गेली होती. तिला आजोबांचा आजीचा खूप लळा होताच आणि तिला केळशी गावही खूप आवडायचं आणि ती तिथं अगदी

रमून जायची.

मोहन तिला तिथे केळशीलाच भेटला होता. हळूहळू वाढत गेलेल्या मैत्रीचं रूपांतर प्रेमात आणि मग त्याची परिणती लग्नात झाली होती. लग्न झाल्यावर ती मुंबईला आली.

लग्नानंतर ती एकदाच केळशीला गेली होती. पण नंतरचं तिला काही म्हणजे काहीच आठवत नव्हतं. ती केळशीहून पुन्हा मुंबईला आली आणि मग जणू केळशीचं ते प्रिय आजोळ तिच्या स्मृतीतून कायमचं नाहीसं झालं होतं.

आज स्वप्नात तिला पुन्हा एकदा आजोळचं घर दिसलं आणि ती अगदी हरखून गेली. शिवाय स्वप्नाचा उलगडा करून घ्यायला तिथं जाणंही गरजेचं होतं.

तिने मोहनपाशी केळशीला जाण्याचा प्रस्ताव मांडला. मोहनला खरं म्हणजे तिथे जावं असं वाटत नव्हतं. आणि त्याला नोकरीत एवढ्यात रजाही मिळणं शक्य नव्हतं.

''तूच ये जाऊन आणि बघ काही अर्थ लागतोय का आपल्या स्वप्नांचा. आजोबांनाही सांग. त्याना काही उलगडा होतोय का बघ. आपल्याला दिसणारी ती विहीर केळशीच्याच घरातली आहे हे तर तुला स्पष्टपणे दिसलंच आहे ना-'' मोहनने शकूला म्हटलं.

शकूलाही ते पटलं आणि दोन दिवसांनी ती केळशीच्या आपल्या आजोळच्या घरी निघाली. मुंबईहून एस टीने केळशीला पोचेपर्यंत संध्याकाळ झाली होती.

शकू चौकातल्या पिंपळाच्या पारापाशी असलेल्या थांब्याजवळ उतरली. गावात काही बदल नव्हता. सगळं पूर्वीसारखंच होतं. कोकणातलं ते आडवळणी गाव, अलिप्त एकलकोंडं. सुधारणेच्या फारसं फंदात न पडणारं. पण शकूला मनापासून आवडणारं.

समुद्राच्या दिशेनं लाटांची गाज ऐकू आली आणि शकूचं अंग अनामिक आनंदानं मोहरून गेलं. ती झपाझप पावलं टाकीत घराकडे निघाली. रस्त्यातली आणि आजूबाजूची माणसं तिला अनोळखी होती. परिचयाचं कोणी दिसेल म्हणून ती जवळपासच्या नेहमीच्या दुकानांकडे नजर टाकीत होती. पण कोणी ओळखीचं दिसत नव्हतं.

रामेश्वराच्या देवळाला लागून असलेल्या अरुंद गल्लीतून ती वळली. गल्लीच्या टोकाला खाडीकिनारी एक प्रशस्त असा चौसोपी वाडा दिसत होता. शकूचं आजोळचं घर! शकू अधीरपणे पुढे निघाली.

समोरून एक मध्यमवयीन स्त्री येत होती. शकूने त्यांना पाहून म्हटलं-

''मोरेश्वर गोखल्याचं घर-''

''हे काय समोरच आहे-'' ती स्त्री म्हणाली. शकूला निरखून पाहत ती पुढे म्हणाली,

''तुम्हाला भेटायचंय का? पण आण्णा तर आंजर्ल्याला गेलेत आज सकाळी. उद्या येतील बहुधा-''

"हो का? पण घरी कोणीतरी असेल ना?" शकूने विचारलं

"आजी आहेत. पण त्यांना धड दिसत नाही आणि ऐकूही येत नाही." असं म्हणून ती स्त्री थोडं थांबली आणि म्हणाली

"तुम्ही... चेहरा परिचित वाटतोय..."

"मी शकू. अण्णांची नात-" शकू म्हणाली.

"शकू? पण तू तर-" ती स्त्री म्हणाली. पण शकूचं लक्षच नव्हतं तिच्याकडे. समोरच्या वाड्याच्या दरवाजात कोणीतरी उभं होतं. बहुधा आजीच होती. तिला पाहून शकू पळतच पुढे आली.

गोखल्यांच्या त्या चौसोपी वाड्याला चारही बाजूंनी दगडांचा भक्कम गडगा होता! मुख्य दरवाजा आणि अंगण यांच्यासमोर गडग्यात एक चिंचोळी वाट ठेवलेली होती. गोखल्यांच्या घरासमोरचा तो गडगा म्हणजे जणू अभेद्य तटबंदीच होती.

शकू गडग्यातल्या त्या चिंचोळ्या फटीतून आत आली. समोर आजी उभी होती दरवाजात.

"आजी, मी शकू आलेय. मुंबईहून." शकू म्हणाली. पण आजीला जणू तिचं अस्तित्व जाणवलंच नाही. ती समोरच बघत राहिली. आजीची अवस्था बघून शकूला अगदी गलबलून आलं. बिचारी आजी! तिला काही दिसत नव्हतं. ऐकू येत नव्हतं आणि कदाचित काही जाणवतही नव्हतं.

आजीला थोडं बाजूला करून शकू आत आली. पडवीतल्या झोपाळ्यावर हातातली बॅग ठेवून ती तिथंच बसली आजी काय म्हणते आहे त्याची वाट बघत.

पण आजीने तिची दखलच घेतली नाही. ती वळली आणि माजघरात निघून गेली. शकूला आश्चर्य वाटलं, हिच्या सगळ्या संवेदनाच संपल्यात की काय? इतकी कशी ही अलिप्त? की आपण आलेलं हिला आवडलं नाहीये? शकूला काहीच समजत नव्हतं. दिवसभराच्या प्रवासाने ती थकलीही होती.

"बोलू थोड्या वेळाने" असा विचार करून ती मागील दारच्या अंगणात गेली. दोणीतल्या पाण्याने हात पाय धुवून स्वच्छ प्रसन्न झाली. तिचं आजोळचं ते घर अजून होतं तसंच होतं. चौसोपी वाड्यातल्या मधल्या मोकळ्या जागेतली विहीर आता बहुधा वापरात नव्हती. तिच्यावर जाळी टाकून ती बंद केलेली दिसत होती. वरच्या आकाशाचा तुकडा जिथून दिसत होता तिथंही एक प्लॅस्टिकचा मोठा तुकडा ताणून बसवला होता. त्यामुळे सगळीकडे गूढ असा अंधार पसरला होता. पूर्वी असं नव्हतं. विहीर वापरात होती आणि वरून भरपूर मोकळा, स्वच्छ सूर्यप्रकाश अगदी तिन्हीसांजेपर्यंत घरात पाझरत असायचा.

शकू स्वयंपाकघरात गेली. तिथल्या ओट्यावरच्या शेगडीवर चहा करून ठेवलेला दिसत होता. आजी जवळपास कुठे दिसत नव्हती. शकूनं चहा गरम करून घेतला आणि ती पडवीत आली. आजी बाहेर कोणाशी तरी बोलत होती. तिला येताना जी मध्यमवयीन स्त्री भेटली होती तीच आजीशी बोलत होती.

शकूने त्या दोघींकडे पाहिलं. पण त्या दोघी गप्पात अगदी दंग झाल्या होत्या. शकूकडे अगदी कानाडोळा करून दोघींनी गप्पा चालू ठेवल्या होत्या.

शकूला आश्चर्य वाटलं. ती थोडी पुढं गेली. ती स्त्री आजीला सांगत होती,

‘‘मघाशी तुमच्याकडे आलेली ती मुलगी मला शकूसारखीच वाटली होती. ती म्हणालीही की ती शकू आहे म्हणून-’’

‘‘नाही गं इथं कुणीच नाही आलेलं’’ आजी सांगत होती. आजीचं ते बोलणं ऐकून शकूला तिचा रागच आला. ती तणतणत पुन्हा घरात आली.

रात्री आजीनं आपलं जेवण करून घेतलं. उरलंसुरलं शेगडीवर ठेवून दिलं आणि जाऊन झोपली शकूशी काही न बोलता.

शकूलाही खूप राग आला होता. तिनं शेगडीवर ठेवलेलं जेवण जेऊन घेतलं आणि तीही शांतपणे पडवीतल्या झोपाळ्यावर आडवी झाली!

दुसरा दिवसही असाच गेला. दोघीही एकमेकींच्या अस्तित्वाची दखल न घेता घरभर वावरत राहिल्या. दुपारनंतर शकू गावात फेरफटका मारून आली. गावातल्या दोन चार माणसांच्या चेहऱ्यावर तिला ओळखल्याचा भाव दिसला, पण कोणी काही चौकशी नाही केली. नाही म्हणायला शकू आजोळी आल्यावर ज्या दुकानदाराकडे जायची त्यानं तिला ओळखलं आणि तो म्हणालाही,

‘‘शकू ना गो तू गोखल्यांची? की तशी दिसत्ये आहेस?’’

रात्री दोन माणसाचं जेवण करून आजीनं स्वत: जेऊन घेतलं आणि ती झोपण्याच्या तयारीला लागली. शकूनंही उरलेलं जेवण जेवून घेतलं आणि थोड्या वेळानं ती झोपाळ्यावर जाऊन पडली.

रात्री कधीतरी उशिरा अण्णा आंजर्ल्याहून आले. आजीनं दाराची कडी काढली. अण्णा आत आले. झोपाळ्यावर झोपलेल्या शकूकडे ढुंकूनही न पहाता ते आत गेले. हातपाय धुवून बाहेर येत पडवीतल्या आरामखुर्चीत बसत आजीला म्हणाले,

‘‘आज शकू दिसली म्हणे त्या सोमण दुकानदाराला-’’

‘‘शकू?’’ आजीनं घाबरून विचारलं.

‘‘हो. इथंच आली आहे म्हणाला-’’

‘‘काय सांगता? काल समोरच्या विमलाकाकूही शकू आलीय म्हणत होत्या.’’

आजी म्हणाली.

‘‘कसं शक्य आहे? त्या उनाड मोहनशी लग्न केलं म्हणून चिडून आपणच नाही का दोघांना इथल्या विहिरीत ढकलून दिलं? लग्नानंतर इथं आली ती शेवटचीच. आता कशी येईल? गावातली लोकसुद्धा ना इतके विचित्र आहेत की...’’ अण्णा दबक्या आवाजात बोलत होते.

शकू झोपाळ्यावर पडून सगळं ऐकत होती. तिला एकदम सगळं आठवू लागलं, मोहनची आणि तिची अण्णांपासून सुटका करून घेण्याची धडपड आणि अण्णांचा चिडून त्यांना विहिरीत ढकलून देण्याचा प्रयत्न. ती ताडकन उठली आणि अण्णा जिथं बसले होते तिथे जाऊन ती उभी राहिली.

‘‘अण्णा, मी शकू-’’ ती म्हणाली.

अण्णा आणि आजीला तिचं अस्तित्व नाही जाणवलं. ते दोघं एकमेकाकडे बघत बोलत राहिले.

‘‘अण्णा, आजी-’’ असं म्हणत तिनं अण्णांची खुर्ची चिडून पुढे ढकलली.

‘‘अरे, खुर्ची कशी पुढे गेली? तुला एवढी ताकद कुठून आली?’’ अण्णा म्हणाले आणि खुर्चीतून उठले.

‘‘मी? मी कशी ढकलीन खुर्ची?’’ आजी घाबरून म्हणाली.

‘‘म्हणजे, खरंच शकू आलीय की काय?’’ अण्णा म्हणाले.

शकूच्या सगळं लक्षात आलं! ती त्या दोघांना दिसत नव्हती! पण हे कसं शक्य होतं? ती तर जिवंत होती.

अण्णा आणि आजी घाबरून दरवाजा उघडून, अंगणातून, गडग्याच्या फटीतून एकदम बाहेरच पडले. शकूही त्यांच्यामागून धावली. गोखल्यांच्या दाराची नी गडग्याची हद्द पार करून शकू बाहेर आली आणि अण्णा एकदम ओरडले, ‘‘शकू- ती बघ आपल्याकडेच येतेय.’’

शकू त्यांना आता दिसत होती. शकूला जवळ येताना बघून अण्णा आणि आजी दोघंही भीतीच्या जबरदस्त धक्क्याने खाली कोसळले.

रात्र बरीच झाली होती. आजूबाजूला मदतीला कोणीही नव्हतं. आणि शकू एकटी काहीच करू शकत नव्हती. चौकातल्या पिंपळाखाली बसून शकूने रात्र घालवली. आणि सकाळी मुंबईला जाणाऱ्या पहिल्या गाडीत बसून परतीचा प्रवास सुरू केला.

तल्लख बुद्धीच्या शकूला सगळ्या गोष्टींचा थोडाफार उलगडा होत होता. मोहनचा आणि तिचा शेवट केळशीच्या चौसोपी वाड्यातच झाला होता, पण त्यानंतर गेल्या वीस वर्षात पुनर्जन्म होऊन दोघं पुन्हा एकत्र आली होती. स्वप्नातून भूतकाळ पुन्हा जिवंत

झाला होता. आजोबांचं काळं कृत्य उघडकीला आलं होतं. पण आजोळच्या घराची हद्द आणि बाहेरचं जग यांत खूप फरक होता आणि म्हणूनच त्या घराच्या हद्दीच्या आत ती मृत आत्मा होती. त्याबाहेर ती जिवंत व्यक्ती होती. तुमच्या आमच्या- सारखीच. पण त्या भक्कम दगडी सीमेच्या आत ती म्हणजे केवळ एक अस्तित्व होतं. कुणालाही दिसणारं.

अण्णा आणि आजी सकाळी शुद्धीवर आले तेव्हा त्यांना कुणीतरी घरात हलवलं होतं. मात्र त्यानंतर शकू घरातच आहे या भीतीच्या दडपणाखाली दोघंही फार दिवस जगू शकले नाहीत. लवकरच त्यांनी अखेरचा श्वास घेतला.

६

निर्णय

आदिती आणि अनर्घा दोघीही सख्ख्या बहिणी. दोघीत केवळ तीन वर्षांचं अंतर. मात्र दोघींचं लग्न एकाच वर्षांत झालं. फक्त महिन्याभराच्या अंतराने.

घैसासांच्या घरात अतिशय सुखात, आनंदात आणि लाडात राहिलेल्या दोघींची आयुष्यं लग्नानंतर मात्र छळ आणि मानहानीत होरपळून निघत होती! आपल्याला आवडलेल्या तरुणांबरोबर लग्न करण्याचा निर्णय मुलींचाच होता. मोरेश्वर घैसासांनी, मुलींच्या प्रेमापोटी त्यांना कसलाच विरोध केला नव्हता. मुली प्रेमात पडल्या आहेत. त्यांच्या मनासारखं सगळं होऊ दे. एवढ्याच इच्छेपोटी त्यांनी फारशी चौकशी न करता दोघींचाही विवाह लावून दिला होता.

आदितीच्या घरच्या पाटील कुटुंबाला आणि अनर्घाकडच्या पवार कुटुंबाला कदाचित पहिल्यापासूनच ही सोयरीक पसंत नसावी. पण मुलांच्या हट्टापुढे किंवा अरेरावीपुढे त्यांचीही डाळ शिजली नसावी!

उच्चशिक्षित आणि नेहमी मिळून मिसळून राहणाऱ्या हसतमुख अशा दोन्ही मुली नवऱ्याच्या आणि कुटुंबाच्या रोजच्या छळाला बळी पडत होत्या. मोरेश्वर घैसासांनी आपल्या मुलींसाठी घराचे दरवाजे सताड उघडे ठेवले होते. ''केव्हाही घरी या. छळ सोसत सासरी अजिबात राहू नका'' असं त्यांनी दोघींनाही सांगून ठेवलं होतं.

मात्र दोघींचा निर्णय होत नव्हता. जे काही ठरवायचं, करायचं ते दोघींनी एकदनच असं त्यांनी ठरवून ठेवलंच होतं.

आणि अशातच दोघींनाही दिवस गेल्याचं लक्षात आलं. या आनंदाच्या बातमीनं पाटील-पवार कुटुंबे खूश होतील आणि दोघींचा आपआपल्या घरी होणारा छळ

थोडातरी कमी होईल असं त्यांना वाटलं होतं. पण तसं काहीच घडलं नाही!

दोघींचे नवरे याबाबतीत अतिशय बेफिकीर आणि कसलीच जबाबदारी अंगावर न घेणारे होते. त्यांच्या दृष्टीने या बायकांबरोबर मुलांची आणखी ब्याद घरी येणार होती!

आदिती आणि अनर्घा दिवसेंदिवस जास्तच घाबरून राहू लागल्या होत्या. दोघींच्या तब्येती बिघडत होत्या. आता जास्त वेळ आपआपल्या सासरी राहणं दोघींना शक्य नव्हतं.

दोघीही मोबाइलवर एकमेकींशी संपर्क ठेवून होत्या. आदिती डोंबिवलीला होती आणि अनर्घाचं सासर होतं ठाण्याला.

आदितीच्या घरचं वातावरण दिवसेंदिवस अधिकच बिघडत होतं. अष्टौप्रहर पैशात लोळणाऱ्या तिच्या कुटुंबियांना आदितीकडे लक्ष द्यायला अजिबात वेळ नव्हता. त्यांची तशी इच्छाही नव्हती. भविष्यात वाढून ठेवलेल्या संकटांची चाहूल अदितीला तेव्हाच लागली होती.

त्या दिवशी रात्री थकून अंथरुणावर पडल्यापडल्याच तिला झोप लागली. उत्तररात्री ती एकदम दचकून जागी झाली. तेव्हा कोणीतरी बोलत असल्याचं तिला जाणवलं. तिने घाबरून अंथरुणानजीकचं दिव्याचं बटन चालू केलं. खोली प्रकाशानं उजळून गेली.

खोलीत कुणीच नव्हतं. दार उघडून आदिती पटकन बाहेर आली. खोलीबाहेरही कोणीच नव्हतं. सगळीकडे सामसूम होती.

ती आत आली आणि अंथरुणावर पडून झोप लागण्याची वाट पाहू लागली. झोप लागता लागता तिला पोटात थोडी हालचाल जाणवली. तिनं घाबरून चाचपून पाहिलं.

शेजारीच ठेवलेला मोबाइल ब्लिंक होत होता. तिनं मोबाइलवरचा नंबर पाहिला. अनर्घाचा फोन येऊन गेला होता. तिला आश्चर्य वाटलं. इतक्या रात्री अनर्घाचा फोन म्हणजे काही काळजी करण्यासारखं तर नव्हतं?

आदितीने तिला फोन लावला. पण तो लागला नाही. आता सकाळपर्यंत वाट बघण्याशिवाय इलाज नव्हता.

पण सकाळी अनर्घाचाच फोन आला.

''रात्री झोपले आणि थोड्याच वेळानं माझ्या पोटातून काहीतरी आवाज यायला लागला. म्हणून घाबरून नीट कानोसा घेतला तर ''थांबूया थोडं'' असं कुणीतरी म्हणत असल्याचं स्पष्ट ऐकलं मी-''

''काहीतरीच काय? झोपेत होतीस का? म्हणून काहीतरी भास झाला असेल.'' आदिती म्हणाली.

''असेलही पण मला नाही तसं वाटत'' अनर्घानं असं म्हणून पटकन फोन ठेवला.

आदितीला आठवलं. अनर्घानं हे असलं काहीतरी विचित्र ऐकलं त्याच वेळी बहुधा तिलाही कुणीतरी बोलत असल्याचा भास झाला होता!

अनर्घाच्या घरची परिस्थिती साधारणच होती. घरातली सगळी माणसं त्यामुळे चिडलेली, वैतागलेली होती. आपल्या परिस्थितीचा सगळा राग ती अनर्घाचा छळ करून भरून काढीत होती. कुटुंबाचा सगळा संसार दोन खोल्यांतच होता. अदितीचं तसं नव्हतं. तिला स्वतंत्र खोली होती. पण छळाची तीव्रता मात्र तेवढीच होती.

आदिती, अनर्घाला फोन करून घरातल्या सगळ्यांबद्दल, त्यांनी चालविलेल्या छळाबद्दल मनमोकळेपणानं सांगू शकत होती. अनर्घाला तेवढी मोकळीक नव्हती. घरात कुणी नसेल तर, नाहीतर घराबाहेर पडल्यावरच तिला तिच्या ताईशी आणि बाबांशी बोलता येत होतं!

आदितीला म्हणूनच अनर्घाला वेळी-अवेळी फोन करून बोलणं नाही जमायचं. दोन दिवसांनी रात्री पुन्हा आदितीला कोणीतरी बोलत असल्याचा भास झाला. यावेळीही खोलीत कुणी नव्हतं. पण बोलण्याचे शब्द स्पष्ट होते.

“किती वेळ थांबायचं?”

आदितीच्या पोटात एकदम विचित्र हालचाल झाली. ती कूस बदलून वळली, तेव्हा जरा बरं वाटलं तिला.

त्यानंतर चार-पाच दिवस दोघींचाही एकमेकींशी काही संवाद झाला नाही. अनर्घा त्या चार दिवसांत अगदी अस्वस्थ झाली होती. घरात कुणाशी काही बोलायची सोय नव्हती. आणि जे तिला जाणवलं होतं ते ताईशी फोनवर बोलण्यासारखं नव्हतं. कारण तिला ते कळलं नसतं.

गेल्या चार रात्री, पहाटे तीन वाजण्याच्या सुमारास तिच्या जवळपास कुणीतरी बोलत होतं. जे बोलणं होत होतं ते नेमकं समजत नव्हतं. काहीतरी असंबद्ध, अस्पष्ट, गूढ असे शब्दांचे आणि वाक्यांचे तुकडे हाती लागत होते. अगदी हळू आवाजातलं ते बोलणं जणू अनर्घाच्या घरच्या कुणालाही ऐकू जाऊ नये अशा आवाजातच चाललं होतं.

आठवड्याभरानंतर आदिती भेटली तेव्हा अनर्घाने तिला सगळा प्रकार सांगितला. आदितीने तिला असं काहीसं विचित्र, असंबद्ध बोलणं ऐकायला आल्याचं आणि पोटात होणाऱ्या हालचालीबद्दल सांगितलं.

झालेल्या प्रकारामुळे नाही म्हटले तरी दोघी बहिणी थोड्या धास्तावल्या होत्या. पण नेमका काहीच अर्थ लागत नसल्यामुळे दोघी संभ्रमातही पडल्या होत्या.

रात्री आणि पहाटे होणाऱ्या या विलक्षण भासांचं प्रमाण हळूहळू वाढत होतं. दोघी बहिणी भयाच्या सावटाखाली घडणाऱ्या घटनांचा अर्थ लावीत होत्या. दोघींच्याही

घरात त्यांचा लहानसहान गोष्टीवरून छळ वाढतच होता. त्यांच्या प्रकृतीकडे कुणाचंही लक्ष नव्हतं. खाण्या-जेवण्याची आबाळ होत होती.

दोन जिवांचा भार संभाळता संभाळता दोघी दुर्बळ, अशक्त बनल्या होत्या. आजूबाजूच्या लोकांच्या लक्षात हे सगळं येत होतं. पण दोन्ही कुटुंबं त्यांच्या उर्मटपणामुळे आणि तुसडेपणामुळे सगळ्यांनाच आधीपासून माहीत होती. त्यामुळे कोणी त्यांच्या सुनांबद्दलही काही बोलत नव्हतं.

अनर्घापेक्षा आदिती जास्तच अशक्त झाली होती. रात्री थकून अंथरुणावर पडल्या पडल्या ती झोपेच्या अधीन होत होती आणि पहाटे दचकून जागी होत होती.

तिच्या पोटातून येणारे आवाज आणि शब्द आता अर्धवट स्पष्ट व्हायला लागले होते. कुणीतरी पहाटेच्या त्या ठरावीक वेळी दुसऱ्या कुणाशी तरी संपर्क साधून बोलत असावं असं काहीसं आदितीला जाणवत होतं. ती समजणाऱ्या आणि ऐकायला येणाऱ्या शब्दांचा अर्थ लावीत होती. पण तिला ते जमत नव्हतं!

खरं म्हणजे ती आता अगदी कंटाळून गेली होती. मनाच्या आणि शरीराच्या त्या तसल्या विचित्र अवस्थेला ती अगदी वैतागून गेली होती. आता महिन्या दीड महिन्याचाच प्रश्न होता म्हणून थोडं बरंही वाटत होतं तिला.

एका रात्री,

''ए, मला वाटतं उद्या सगळं सांगून टाकूया'' एवढं संपूर्ण वाक्य अर्धवट झोपेच्या अवस्थेत आदितीनं अगदी स्पष्टपणे ऐकलं आणि ती अनवधानाने झोपेतच पुटपुटली.

''ए, कोण आहेस गं तू?''

''सांगते उद्या. नको काळजी करू.'' तिला प्रतिसादही मिळाला. आणि ती दचकून जागी झाली!

दुसऱ्या दिवशी तिने सगळा प्रकार अनर्घाला कळवला. ''मलाही काल काहीतरी ऐकू आलं. पण नीटसं कळलं नाही'' ती म्हणाली.

दुसऱ्या रात्री दोघीही धास्तावून पहाटेची वाट पाहात होत्या.

पहाटे तीन-साडेतीनची वेळ असावी.

आदिती अस्वस्थ होऊन अंथरुणात सारखी कूस बदलत होती. जबरदस्तीने जागा राहण्याचा प्रयत्न करीत होती. पण शेवटी झोपेनं तिच्यावर कब्जा केलाच.

ती अर्धवट जागी झाली तेव्हा तिच्या पोटातून आवाज येत होता.

''ए ऊठ. आमचा निर्णय झालाय. आम्ही जन्म घ्यायचा नाही असं ठरवलंय. आमच्या जन्मामुळे तुम्हा दोघी बहिणींचा छळ आणखी नको वाढायला, असं वाटतंय आम्हाला.''

“आम्हाला? म्हणजे?” अदिती अर्धवट झोपेतच म्हणाली.

“मी आणि अनर्घामावशीची मुलगी!” आवाज आला.

“पण का? तुम्ही आमच्या मुली ना-” आदिती म्हणाली.

“कळेल. माझं झालंय बोलणं मावशीच्या मुलीशी.”

क्षीण होत जाणारा आवाज थांबला आणि आदिती खाडकन झोपेतून जागी झाली.

सकाळ होत होती. आदितीनं पटकन अनर्घाला फोन लावला पण ती काही बोलणार एवढ्यात अनर्घाच म्हणाली,

“कळलंय मला सगळं! मला योग्य वाटला निर्णय त्यांचा. पण जन्म घेणार नाहीत म्हणजे नेमकं काय करणार आहेत या ते नाही कळत.”

“पण त्यांचं हे एकमेकांशी बोलणं? कसं शक्य आहे हे सगळं?” आदिती म्हणाली.

“त्यांना एकमेकांशी संपर्क साधता येतोय बहुधा.” अनर्घानं तिचा विचार मांडला.

पुढच्या महिन्याभरातच दोन्ही बहिणी पूर्वीसारख्या दिसू लागल्या. काहीच घडलं नसल्यासारख्या! आणि आजूबाजूच्या लोकांना खात्रीच पटली की त्या क्रूर कुटुंबांनी सुनांना उद्ध्वस्त केलंय. त्यांच्या न जन्मलेल्या मुलांची हत्या करून.

पाटील आणि पवार कुटुंबांना तेव्हापासून सगळ्यांनी अगदी वाळीत टाकलंय. त्यांच्या नीच कृत्याला शिक्षा म्हणून!

७

अतृप्त

रिकामपणानं माणसं वेडीपिशी होतात हे रश्मीनं यापूर्वी फक्त ऐकलं होतं. मानसशास्त्राचा अभ्यास करताना आणि परीक्षा देताना त्यावर तिनं बरचसं वाचलंही होतं. पण रिकामपण प्रत्यक्षात इतकं जीवघेणं असेल याची तिला पुसटशीही कल्पना नव्हती.

बी.ए.ची परीक्षा संपून फक्त महिनाभरच झाला होता. पहिले काही दिवस तिला अगदी 'रिलीव्हड' वाटलं होतं, पण ते तेवढंच. त्यानंतर दिवसेंदिवस 'बोअरडम' वाढतच होतं. काही म्हणजे काहीच सुचत नव्हतं. अखेर कुठेतरी कामधंदा, नोकरी याच चाकोरीबद्ध जीवनात अडकून घेण्याशिवाय तिला काही मार्ग दिसत नव्हता.

आई, बाबा तर आता तिच्या लग्नाचाच विचार करायला लागले होते. तिला ते सहन होणंच शक्य नव्हतं. ''टिपिकल मिडल् क्लास वरीज्'' असं म्हणून झुरळ झटकावं तसं ती त्यांच्या प्रस्तावाला झटकून टाकीत होती.

नोकरी तर तिला नकोच होती, पण अलीकडे अलीकडे 'ड्यू टू धिस ब्लडी बोअरडम' ती पेपरातल्या 'वाँटेड' वरून नजर फिरवू लागली होती. ऑफकोर्स ती एवढी 'कीन' नव्हती; पण रिकामपणाचा उद्योग म्हणून एखादा 'ग्लॅमरस जॉब' मिळाला असता तर कदाचित तिनं 'थिंक ओव्हर' केलंही असतं.

अन तिला फार दिवस 'बोअर' व्हावंही लागलं नाही! नशीब असतं एकेकाचं...

टाइम्समधली दूरदर्शनची 'अनाउन्सर पाहिजे'ची जाहिरात ज्या दिवशी तिच्या नजरेस पडली त्याच दिवशी तिचं 'बोअरडम' संपलं. संपलं म्हणजे अगदी नाहीसंच

झालं. कायमचं!

स्वत:च्या फिगरबद्दल तिला आत्मविश्वास होताच. आजूबाजूच्या नजरांनीही तिचा हा आत्मविश्वास पक्का केला होता. कॉलेजमधली सगळी वर्षं तिनं आपल्या 'फिगर'चं आकर्षण इतरांच्या डोळ्यांत पारखून घेतलं होतं आणि 'फिगर' हे एवढंच 'असेट' नव्हतं. ती 'इंटेलिजंट'ही होती.

असा योग दुर्मिळ असतो. हे नशीब केवळ भाग्यवंतांनाच लाभतं. हेसुद्धा तिला कॉलेजातल्या 'डॅम एक्सायटिंग' दिवसात पटलं होतं...

दूरदर्शनच्या त्या अनाउन्सरच्या जागेकरता आणखी कसलीच गरज नव्हती याची तिला मनोमन खात्री होती. जाहिरातीतल्या इतर गोष्टींची तिला फिकीर वाटत नव्हती. कितीही 'ॲप्लिकंट' आले तरी तिच्या 'सिलेक्शन'बद्दल तिला शंका वाटत नव्हती.

आणि तिचा विश्वास फोल ठरला नाही. अर्ज, मुलाखतीच्या रटाळ प्रक्रियेतून ती बाहेर पडली ती 'अपॉइंटमेंट लेटर' हातात घेऊनच.

पुन्हा एकदा तिच्या साऱ्या चित्तवृत्ती बहरून आल्या. आता बी.ए.च्या रिझल्टची पर्वा नव्हती. 'लग्न' या किटकिटीचा इतक्यात तरी प्रश्न नव्हता, वर्षभर तरी मजेत जाणार होतं... चारचौघांत चर्चा होणार होती, कौतुक होणार होतं.

ठरल्या दिवशी दूरदर्शनच्या स्टुडिओत ती विलक्षण आत्मविश्वासाने कॅमेऱ्याला सामोरी गेली...! तिला साऱ्यांनीच नंतर सांगितलं की 'शी लूकड् टेरीब्ली ॲट्रॅक्टिव्ह ऑन दी टी. व्ही. स्क्रीन.''

सुरुवातीला अनाउन्समेंट करण्यासाठी तिला फक्त तीन मिनिटं मिळायची. त्या तीन मिनिटांची ती दिवसभर जणू वाट पाहात असायची. पापण्यांची उघडझाप आणि मानेला द्यायचे नाजूक झटके यांची मनातल्या मनात उजळणी करीत रहायची.

मन लावून केलेल्या कामाचा परिणामही अटळ होता. लवकरच ती त्या केंद्रावर कायम झाली. हळूहळू कामाचं स्वरूपही बदललं. आता ती टी.व्ही. वर बातम्या देऊ लागली, जवळजवळ रोजच.

रोज एका ठराविक वेळी तिच्या त्या मोहक चेहऱ्यानं टी.व्ही. चा पडदा भरून जाऊ लागला. लक्षावधी लोकांची नजर खिळवून ठेवू लागला.

आता ती अधिक लोकांना दिसू लागली... अधिक वेळ.

प्रसिद्धीचं वलय रुंदावलं...

कौतुकाचे शब्द वाढले...

आकर्षणाचं क्षेत्र रुंदावलं.

हे तिलाही कळत होतं. तिला येणाऱ्या चाहत्यांच्या पत्रांच्या वाढत्या संख्येतून.

'फोटो पाठवा' अशी आर्जव आणि विनंत्या करणाऱ्या पत्रांतून.

प्रसिद्धीच्या सुखाची धुंदी, उलटणाऱ्या प्रत्येक दिवसागणिक तिला अधिकच बेहोष करीत होती... अतृप्त बनवीत होती.

नानू एका जुजबी कंपनीसाठी रंगाऱ्याचं काम काही महिन्यांपासूनच करायला लागला होता. खरं म्हणजे त्याला हे दुसऱ्याच्या घरांच्या भिंती रंगवण्याचं काम अजिबात आवडत नव्हतं; पण पर्याय नव्हता. शिक्षण नसल्यामुळे यापेक्षा वेगळं काही काम त्या अफाट शहरात मिळेल याची खात्री नव्हती. शिवाय गावी असलेल्या म्हाताऱ्यासाठी थोडेफार पैसे पाठवता आले तर त्याच्या मनाला जरा बरं वाटलं असतं.

मुंबईला आल्यापासून नानू एखाद्या भणंग भिकाऱ्यासारखा वणवण फिरत होता. हाताला काम नाही आणि झोपडपट्टीतल्या खोपटीवजा शेडचे भाडे द्यायला पैसे नाहीत या विवंचनेत गावाकडून आणलेले पैसेही आता संपत आले होते. त्यामुळे मिळालेलं रंगाऱ्याचं काम ही त्याच्या दृष्टीने खूपच मोठी गोष्ट होती.

रंगाऱ्याचं काम करताना मुंबईतील निदान दहा घरं तरी गेल्या काही महिन्यातच त्यानं पाहिली होती. भले मोठे बंगले, सोसायट्यातले तीन-चार खोल्यांचे फ्लॅट्स आणि त्यात राहणाऱ्या माणसांकडे असलेल्या संपत्तीचं आणि पैशांचं प्रदर्शन बघून तो कुठेतरी नकळत दुखावला गेला होता. प्रत्येकवेळी त्याला गावाकडची मोडकळीला आलेली त्याची झोपडी, त्यातलं अठरा विश्व दारिद्र्य आणि मुंबईतली त्याची झोपडपट्टीतली जागा आठवत होती आणि त्याचं मन विषण्ण होऊन जात होतं. मनात त्या सगळ्या श्रीमंत बंगलेवाल्यांबद्दल नकळतपणे एक तिरस्काराची भावनाही रुजू लागली होती.

त्या बंगल्यातल्या आणि फ्लॅट्समधल्या गोऱ्यागोमट्या तरुण मुलींचं आकर्षणही त्याला अस्वस्थ करीत होतं. त्यांची येताजाता इंग्रजीत बोलण्याची तऱ्हा, त्यांच्याकडे येणारेजाणारे तितकेच दिखाऊ आणि खोटे मित्र, रंग काढता काढता लक्षात येणारे त्यांच्या खाण्याचे चोचले, फुकट जाणारे अन्नपदार्थ आणि इतरांबद्दल त्यांच्या बोलण्यातून जाणवणारी तुच्छता या सगळ्यामुळे तो आंतर्बाह्य दुखावला गेला होता.

''जाऊ दे. आपल्याला काय करायचं?'' असं म्हणून तो सगळे विचार झटकून टाकण्याचा प्रयत्न करायचा; पण ते त्याला जमत नव्हतं. तो अधिकच कडवट बनत चालला होता.

हे काम करायला लागल्यापासून त्याला आता सहा महिने झाले होते. त्याचं काम चांगलं होतं. तो ते मन लावून करीत होता; पण ते मालकाला कळण्याची शक्यताच नव्हती. त्यानं मालक पाहिलाही नव्हता. दरवेळी कोणीतरी नवीनच सुपरवायझर येऊन

काम देऊन जायचा.

नानूला या कामात पैसाही फारसा मिळत नव्हता; पण त्या महानगरात भीक मागण्यापेक्षा जे मिळतं आहे तेच खूप म्हणून तो दिवस कंठत होता. समाधान तर त्याला कधीच वाटत नव्हतं. एक प्रकारची विलक्षण वेदना, अतृप्तपणा, चीड आणि वखवखलेपणा त्याला सदैव जाणवत होता.

माटुंग्यातल्या एका जुन्या सोसायटीतल्या पाच खोल्यांच्या घराला रंग लावण्याचं काम त्याला नुकतच मिळालं होतं. घरमालक श्रीमंत असावा आणि सगळ्या घरात एकटाच रहात असावा. सुपरवायझरकडून घराची किल्ली सकाळीच घ्यायची आणि रात्री आठ वाजता तो आला की किल्ली देऊन दिवसाचं काम बंद करायचं हे आधीच ठरलं होतं.

नानूचं कामाव्यतिरीक्त इतर कुठेही लक्ष नसायचं. घरातल्या किमती वस्तू, फर्निचर, सामानसुमान दिवाणखान्यात एकत्र करून ठेवलेलं होतं आणि मळकट अशा मोठ्या कापडांनी ते झाकून ठेवलेलं होतं.

घरांत दिवसभर कोणी नाही आणि फक्त तो एकटाच भिंती खरवडण्याचं काम करतोय. शेजारी पाजारीही कोणी अचानक येत नाहीत याची त्याला दोन दिवसातच खात्री झाली; आणि त्याचं अतृप्त मन बंड करून उठलं.

कापडाखाली झाकून ठेवलेल्या वस्तू बघ, शोकेस उघडते आहे का बघ. कपाटांचे ड्रॉवर उघडण्याचा प्रयत्न कर, असले उद्योग त्याने हळूहळू सुरू केले. एके दिवशी काहीच हाताला लागत नाही म्हटल्यावर वैतागून, चिडून त्यानं तिथल्याच कोचावर बैठक मारली आणि समोरच्या टी.व्ही.चा, कोचावर पडलेला रिमोट दाबला.

क्षणार्धात समोरच्या भल्या मोठ्या टी.व्ही.वर एका तरुणीचा आकर्षक चेहरा दिसू लागला. ती बहुधा बातम्या देत होती. बातम्या देणाऱ्या त्या अतीव सुंदर स्त्रीच्या पहिल्या दर्शनानेच तो विलक्षण खूश झाला.

दिवसभराचा त्याचा सगळा शीण नाहीसा झाला. तिला हात लावण्याच्या अनामिक ओढीने तो थोडा पुढेही सरकला.

बातम्या संपल्या आणि ती तरुणी दिसेनाशी झाली. त्याची सगळी उभारीच गळून गेली. थोड्या वेळातच सुपरवायझर आला आणि त्याच्याकडे किल्ली देऊन नानू तिथून बाहेर पडला. दुसऱ्या दिवशी नकळतपणे तो संध्याकाळच्या बातम्यांची म्हणजे त्या देणाऱ्या तरुणीच्या दर्शनाची वाट बघत बसला.

आणि ठरल्यावेळी तिने टी.व्ही.चा तो पडदा व्यापून टाकला. नानूला पुढच्या चार दिवसात तिला पाहण्याची जणू चटक लागली. आणि व्हायचं ते झालंच.

एकदा त्या घराचा मालक स्वत:च्या किल्लीने दार उघडून अचानक आत आला.

नानू कोचावर ऐसपैस पसरून त्या तरुणीच्या बातम्या ऐकत होता. नानूचं त्याच्याकडे लक्षच नव्हतं. मालकाने रिमोट उचलून टी.व्ही. बंद केला. बखोटीला धरून उठवलं आणि धक्का देऊन घराबाहेर काढलं!

नानूला काही कळेपर्यंत सगळा खेळ संपला होता. दुसऱ्या दिवशी सकाळीच सुपरवायझरने 'आजपासून येऊ नको' असं म्हणत, थोडेफार पैसे त्याच्या हातावर टिकवले आणि त्याला जायला सांगितलं.

पण कामापेक्षा नानूला आता संध्याकाळी टी.व्ही. बघता येणार नाही याचं दुःख जास्त होतं. ते कसं जमवावं याचाच तो विचार करीत होता.

आणि त्याला फार वाट पाहावी लागली नाही. त्याच सुपरवायझरने दुसरं एक काम दिलं त्याला. तिथंही टी.व्ही. होता आणि घरातली माणसंच संध्याकाळी टी.व्ही. वरच्या बातम्या बघायची. त्याला त्याच्या आवडत्या तरुणीचं दर्शन आपसूकच घडायचं. नानू खूश होता.

नानूला तिच्याबद्दल वाटणारं आकर्षण दिवसेंदिवस वाढतच होतं. तऱ्हेतऱ्हेच्या लोकांच्या घरी भिंतींना रंग देण्याच्या कामाशिवाय दुसरं कुठलंही काम आता त्याला नको होतं. दिवसभराचं काम झाल्यावर संध्याकाळी बातम्यांच्या वेळी तिला पाहण्याचा त्याचा उद्योग आता व्यसन झालं होतं. तो त्याच्या पुरता आधीन झाला होता....

कुठंही असला, काहीही करीत असला तरी टी.व्ही.वरच्या बातम्यांची वेळ जवळ येऊ लागली की तो अधीर व्हायचा. कधी एकदा तो मोहक चेहरा टी.व्ही.च्या पडद्यावर पाहतो असं त्याला व्हायचं.

टी.व्ही.वर बातम्या देणाऱ्या त्या तरुणीनं त्याला जणू वेड लावलं होतं. तिच्या दहा मिनिटं होणाऱ्या दर्शनासाठी त्याचा दिवस दिवस वाट पहाण्यात जात होता.

एखाद्या दिवशी तिच्याऐवजी दुसरी कुणी किंवा दुसरा कुणी बातम्या सांगू लागला की त्याला विलक्षण उदास वाटायचं... हे तो कुणाला सांगूही शकत नव्हता. त्याचं हे आकर्षण जगावेगळं होतं... त्याला त्याची कल्पना होती; पण असं म्हणून, वाटणारी ओढ कमी थोडीच होणार होती? सुट्टीच्या दिवशी मात्र त्याची फार धावपळ व्हायची.

त्याच्या घरात टी.व्ही. असता तर त्याची इतकी धावपळ झाली नसती; पण टी.व्ही. घेणं त्याला त्याच्या या जन्मात तरी शक्य नव्हतं. त्यामुळे शेजाऱ्यांकडे जाऊन नाहीतर रस्त्यात उभं राहून एखाद्या दुकानात चालू असलेला टी.व्ही. पाहूनच त्याला समाधान मानावं लागत होतं.

खरं म्हणजे यापूर्वी त्याला टी.व्ही.चं इतकं आकर्षण नव्हतं. आजही ते होतं असं नाही; पण बातम्यांच्या वेळेचं त्याला खूपच वेड लागलं होतं. त्याच्या शेजाऱ्यांनाही फार

आश्चर्य वाटत होतं, आपल्या आजूबाजूला काय चाललं आहे याची किंचितही फिकीर नसलेला हा माणूस हल्ली बातम्यांमध्ये इतका रस घेऊ लागला होता हेच त्यांच्या दृष्टीने मोठं अघटित होतं.

त्याची ही 'तिला' पाहण्याची नशा दिवसेंदिवस वाढतच होती. हल्ली तर तिला भेटण्याआधीच इच्छा बळावत होती... केवळ दहा मिनिटं पाहून त्याचं समाधान होत नव्हतं. मन तृप्त होत नव्हतं... उलट बातम्या संपल्या की, पाण्याबाहेर काढलेल्या माशासारखं ते तडफडत होतं.

झोपडपट्टीतले शेजारीपाजारीही, सुट्टीच्या दिवशी त्याच्या सारखं सारखं घरी येऊन टी.व्ही. पाहाण्याबद्दल नाराजी दाखवू लागले होते.

दरवाज्याच्या फटीतून शेजाऱ्यांच्या घरात नाहीतर रस्त्यावरून दुकानातल्या टी.व्ही.वर जेवढं तिचं दर्शन होईल तेवढंच घेणं आणि तडफडत राहणं एवढेच त्याच्या हातात होतं.

तो तेही करीत होता... कारण नजरेनं पिऊन घेण्याशिवाय दुसरं काहीच करणं त्याला शक्य नव्हतं...

आजकाल बातम्या देताना रश्मीचाही आत्मविश्वास थोडा डळमळू लागला होता. पूर्वीइतका दिमाख त्यात दिसत नव्हता. तिला त्याची कल्पना होती; पण असं का होत होतं हेच तिला कळत नव्हतं... 'शी वॉज वरीड... स्लाइटली अफ्रेड...'

समोर ट्रॉलीवर ठेवलेला तो कॅमेरा म्हणजे कुणी व्यक्ती आहे आणि त्याच्या लेन्समधून दोन डोळे आपल्याकडे अनिमिष नेत्रांनी पहाताहेत असंही काहीसं तिला वाटत होतं...

हा विचार तिच्या मनात केव्हा रुजला होता. तिला आठवत नव्हतं. बातम्या देताना ती तो विचार मोठ्या कष्टानं दूर करीत होती; पण तिला ते कठीण जात होतं.

बातम्या देताना पूर्वी ती अतिशय आकर्षक असा 'पॉज' घेऊन कॅमेऱ्यात पाहायची. तिची ती लकब कित्येकांना वेडं करून गेली होती.

पण आताशा तिला वर पाहाण्याचं धाडस होत नव्हतं. कॅमेऱ्यात रोखून पाहाण्याच्या विचारानंसुद्धा तिचं मन चलबिचल होत होतं.

तरीही ती बातम्या सांगण्याचा उद्योग करीतच होती. दूरदर्शन केंद्राची तिच्या कामाविषयीची नापसंती कळूनसुद्धा!

काम करण्याचा मोह आणि कॅमेऱ्याच्या लेन्सची भीती असल्या विलक्षण अवस्थेत तिलाही फार काळ रहावं लागलं नाही.

त्या दिवशी संध्याकाळी नेहमीच्या चलबिचल अवस्थेत ती बातम्या सांगत होती. मान अजिबात वर न करता.

बातम्या सांगून संपता संपता, कॅमेरामनच्या दिशेनं एक अनाकलनीय, गूढ, अस्फूट असा ध्वनी तिने ऐकला. एखाद्या अतृप्तानं काढलेल्या उद्गारासारखा!

कॅमेऱ्याच्या लेन्समधले दोन डोळे तिला जणू पिऊन टाकीत होते... तिला खुणावीत होते... जवळ बोलावीत होते...

त्या डोळ्यांत प्रचंड आकर्षण होतं. तीव्र ओढ होती.

खुर्ची सोडून ती नकळत फूटभर पुढं सरकली. अन् इतक्यात कॅमेरामननं लाइट्स ऑफ केले.

सगळी खोली अंधारानं गिळून टाकली!

कॅमेरामननं डिम लाइट लावला तेव्हा खोलीत कुणीच नव्हतं.

त्या दिवशी ती घरी पोचलीच नाही.

त्यानंतरही अनेक दिवस तिचा शोध लागला नाही.

जवळजवळ सहा महिन्यांनी पुन्हा एकदा ती टी.व्ही.च्या पडद्यावर दिसली... फोटो होऊन! 'आपण यांना पाहिलंत का?' मध्ये.

८

आसक्ती

किनाऱ्यावर मोठं वादळ झाल्यामुळे गावातली बरीचशी घरं उद्ध्वस्त झाल्याची बातमी प्रमोदला आठ दिवसांपूर्वीच कळली होती. तेव्हापासून तो थोडा अस्वस्थच होता. जुव्याला जाऊन प्रत्यक्ष सगळं पहाणं आवश्यक होतं. मिळालेल्या बातमीवर नेमका काहीच अंदाज बांधता येत नव्हता.

तडकाफडकी निर्णय घेऊन जायचं म्हटलं तर झेरॉक्सचा जोरात चाललेला धंदा काही दिवस बंद करणंच भाग होतं. शिवाय जुव्याच्या त्या बंद असलेल्या घरासाठी दहा बारा तासांचा प्रवास करून जाण्यात काहीच अर्थ नव्हता असं मीनाला- त्याच्या बायकोलाही वाटत होतं. पण प्रमोदचं मन अस्वस्थ होतं. गेले आठ दिवस त्याच्या डोक्यात कोकणातल्या आपल्या जुवे गावातल्या घराचेच विचार होते.

शेवटी मीनाच्या विरोधाला न जुमानता दुकानावर ''आठ दिवस बंद राहील'' असा बोर्ड टांगून तो जुव्याला जायला निघालाच.

दुसऱ्या दिवशी सकाळी जेव्हा तो जुवे गावाकडे जाणाऱ्या रस्त्याच्या फाट्यावर एस.टीतून उतरला तेव्हा सकाळचे सात वाजत होते. गावच्या दिशेने जाणारा कच्चा रस्ता अजूनही तसाच होता. गेल्या चार-पाच वर्षांत तिथल्या आसमंतात कसलाही बदल झालेला दिसत नव्हता.

प्रमोद फर्लांगभर पुढे गेला आणि समुद्राची चिरपरिचित गाज त्याच्या कानावर पडली. त्याला खूप बरं वाटलं. रात्रभराच्या प्रवासाचा शीण क्षणार्धात संपून गेला. तो आणखी थोडं पुढे गेला आणि दूरवर खाली किनाऱ्यावर धावत येऊन फुटणाऱ्या उंचच उंच लाटा, फेसाळलेलं पाणी आणि

किनाऱ्यावर वाऱ्याबरोबर हेलकावणारी माडाच्या झाडांची लांबच लांब रांग बघून तो अगदी हरखून गेला.

मुंबईतल्या घुसमटलेल्या, घामटलेल्या गर्दीपासून आणि कर्णकर्कश्य आवाजापासून आज तो अगदी मुक्त होता! जो समुद्र त्याच्या सगळ्या मानसिकतेवर, विचारावर, नकळतपणे रोजच्या रोज अधिराज्य गाजवीत होता त्या समुद्राच्या तो आता सान्निध्यात होता.

एखाद्या अतिप्रिय व्यक्तीला भेटल्यावर जसा अपरिमित आनंद होतो तसा आनंद प्रमोदच्या चेहऱ्यावरून अगदी ओसंडून वाहत होता. समुद्राला जणू कवेत घेण्याची त्याची इच्छा आता पूर्ण होणार होता.

प्रमोद झपाझप पावलं उचलीत घराच्या दिशेने निघाला. पाळंदीतून जाताना आता आजूबाजूची अनेक घरं दिसत होती. वादळाने खरोखरच गाव उद्ध्वस्त करण्याची पराकाष्ठा केली होती. खूपशा घरांवर झाडं पडली होती. मातीच्या भिंती असलेली घरं जमीनदोस्त झाली होती. पावसाच्या पाण्याबरोबर वाहत आलेली माती आणि चिखल ठिकठिकाणी थांबून त्यांचे ढीग बनले होते. परिसरात माणसं मात्र अभावानंच दिसत होती.

खरं म्हणजे जुव्यातली बरीचशी माणसं याआधीच गाव सोडून मुंबई-पुण्याकडे गेली होती. जगाच्या पसाऱ्यापासून, दूर असलेल्या त्या एकाकी गावात, रहाण्यासारखं असं खरंच काही नव्हतं. ज्यांना बाहेरगावी कुठेच आसरा नव्हता अशी वयस्कर माणसं होती थोडीफार. पण ती तेवढीच.

पाळंद उतरून प्रमोद घराजवळ आला. लांबूनच घराकडे दृष्टी गेली आणि तो चकितच झाला. त्याचं ते मातीच्या भिंतीचं चंद्रमौळी घर बाहेरून पूर्णपणे शाबूत होतं! जसं पूर्वी होतं तसंच. घराच्या आजूबाजूला अनेक झाडं होती. वादळात पिळवटून गेल्यासारखी दिसत होती. पण एकही झाड त्याच्या घरावर टेकलंही नव्हतं!

प्रमोद क्षणभर तिथे थांबला. पण घराच्या अंगणाकडे न जाता तो सरळ समुद्राच्या दिशने निघाला.

समुद्राची गाज आता वाढली होती. झाडाझाडातून शीळ घालीत वारा सर्वत्र घोंघावत होता. समुद्रावरून येणारी खारट, उष्ण हवा त्याला समुद्राच्या त्या जगावेगळ्या, आर्त अस्तित्वाची जाणीव करून देत होती.

तो धावतच वाळूवर पोचला आणि सगळ्या आसमंतात भरून राहिलेला समुद्राचा तो धीरगंभीर आवाज त्याने दोन्ही कानांतून तृप्त होईपर्यंत साठवून ठेवला. मन तृप्त झालं आणि नित्याप्रमाणे त्याने वाळूवर चालायला सुरुवात केली.

जवळजवळ पंधरा मिनिटांनी तो वाळूच्या पुळणीच्या टोकाजवळ पोचला.

पुळणीच्या मागे असलेल्या कोळ्यांच्या घरांचीही पूर्णपणे वाताहात झाली होती. तिथली घरं, झाडं अक्षरश: उन्मळून पडली होती. घरांवरचे आणि भिंती म्हणून वापरलेले पत्रे उडून इतस्तत: पसरले होते.

तो आणखी पुढे गेला. एक-दोन घरांसमोर माणसं अजूनही आपल्या संसाराची जमवाजमव करीत होती. काही हताशपणे समुद्राकडे पाहत उन्मळून पडलेल्या माडाच्या झाडावर बसून भविष्याचा विचार करीत होती.

त्याच्या ओळखीचं आता तिथे कुणीच नव्हतं. प्रमोद जुव्याला आला की नेहमी त्या कोळ्यांच्या वस्तीपर्यंत जाऊन यायचा. त्यामुळे काहीजण त्याला ओळखायचे. जे ओळखायचे त्यांची नावंही त्याला माहीत नव्हती. आता तिथे दिसणारे जे कुणी होते ते सगळेच त्याला अनोळखी होते.

पडझड झालेल्या त्या कोळ्यांच्या वस्तीतल्या एका घराजवळ जिथे उडत येऊन पडलेल्या पत्र्यांचं छप्पर बनलं होतं तिथे तो बराच वेळ बसून राहिला. बरोबर आणलेली भात-पोळी खाऊन दुपारी त्याने तिथेच थोडी विश्रांती घेतली आणि उन्हं उतरू लागल्यावर मोठ्या कष्टाने पावलं टाकीत तो आपल्या घराकडे निघाला.

घरी येऊन त्याने दार उघडलं आणि पडवीत प्रवेश केला. पडवीतला झोपाळा वादळाच्या वाऱ्याने एका बाजूला कलंडला होता. फुटलेल्या कौलातून वरच्या आकाशाचे तुकडे जागोजागी दिसत होते. माजघरात फुटलेल्या कौलातून पाणी गळून जमीन ओली झाल्याचं अजूनही लक्षात येत होतं.

देवघरातल्या देव्हाऱ्यातले देवही जिथल्या तिथे होते. नाही म्हणायला गणपतीची फूटभर उंचीची तांब्याची मूर्ती ताम्हनाबाहेर पडून देवघरात मधेच आली होती. त्याला मोठं आश्चर्य वाटलं.

मागच्या अंगणातल्या विहिरीजवळ जाऊन त्यानं आत डोकावून पाहिलं. थोडा उडत आलेला पालापाचोळा पडला होता, पण पाणी स्वच्छ होतं. घरात जाऊन त्यानं कळशी आणली आणि दोन-तीन कळशा पाणी काढून त्यानं स्वच्छ आंघोळ केली.

त्याला आता खूपच ताजंतवानं वाटत होतं. त्यानं गणपतीची पुढे आलेली मूर्ती पुन्हा देव्हाऱ्यात ठेवली. पडवीतला झोपाळा नीट केला. घरात खूप पानं, धूळ साठली होती, पण ती स्वच्छ करायला वेळ नव्हता.

काळोखही दाटून येत होता. त्यानं आणलेली पिशवी काखोटीला लावली आणि घर बंद करून तो नेहमीप्रमाणे जवळच असलेल्या वासुनाना दामल्यांच्या घरी निघाला.

वासुनाना कसंबसं सावरून ठेवलेल्या त्यांच्या घराच्या अंगणातच बसले होते. प्रमोदला बघून त्यांना आश्चर्य वाटलं,

‘‘प्रमोद? असा अचानक? आणि न कळवताच?’’

‘‘नाना, वादळाची बातमी कळली. राहवलं नाही. आलो-’’ प्रमोद म्हणाला आणि नानांच्या पाया पडला.

त्याचं बोलणं ऐकून आतून नानीपण बाहेर आल्या.

‘‘नमस्कार करतो नानी-’’ प्रमोद त्यांच्या जवळ जाऊन त्यांच्या पाया पडत म्हणाला.

‘‘केव्हा आलास बाबा? आणि आता कुठली गाडी आली तुला घेऊन? मुंबई गाडी सकाळीच येते ना?’’

‘‘सकाळीच आलो नानी. घरी जाऊन आणि समुद्रावरही जाऊन आलो.’’

‘‘समुद्रावर कशाला? त्यानंच तर रचलाय हा वादळाचा डाव-’’ नानी त्यांच्या अर्धवट पडलेल्या आणि गेल्या आठ दिवसांत कसंतरी उभं करून ठेवलेल्या घराकडे बघत म्हणाल्या.

‘‘असं नका म्हणू नानी. समुद्रानं काय केलंय? तो तर सगळ्यांचा साथीदार. अन्न देणारा. मासे देणारा-’’ प्रमोद

‘‘मासे? तू खातोस? बरं ते जाऊ दे. आज रहाणार आहेस ना?’’

‘‘होय नानी. रहाणार आहे. आधी सांगायला पाहिजे होतं. पण नाही जमलं.’’

‘‘राहू दे रे. त्यात काय एवढं? राहा हवे तेवढे दिवस-’’ नानी म्हणाल्या.

नेहमीप्रमाणे प्रमोद रात्री नानांकडेच जेवला. राहिला. नानांकडून वादळामुळे झालेल्या उत्पाताची इत्थंभूत हकीकत कळली त्याला.

जुव्यात यापूर्वी असं भयंकर वादळ कधीच नव्हतं पाहिलं त्यांनी.

‘‘नाना, कोळीवाड्यातली घरं तर अगदी उडून गेलीत. काही म्हणजे काही शिल्लक राहिलं नाही.’’

‘‘तुझं घर मात्र राहिलंय बाबा एकदम धड. देवाचीच करणी म्हणायची दुसरं काय?’’ नाना म्हणाले.

‘‘हो नाना. मलाही आश्चर्य वाटलं. आत थोडं गळकं झालंय. पण बाकी काही नाही फारसं’’ असं म्हणून त्यानं गणपतीची मूर्ती देव्हारा सोडून बाहेर आल्याचं सांगितलं. ते ऐकून नाना अवाक झाले. त्यांनी अभावितपणे त्या सर्वशक्तिमान परमेश्वराला नकळत हात जोडले,

‘‘रक्षणासाठीच आला रे बाबा तो देव्हारा सोडून.’’ ते म्हणाले.

प्रमोदला खरं म्हणजे जुव्यात आता काही काम नव्हतं. घरही व्यवस्थित होतं. काही महिन्यांनी येऊन घराची स्वच्छता आणि डागडुजी केली असती तरी चाललं असतं.

पण प्रमोदला जुव्यातलं ते घर आणि समुद्रावरची वाळूची पुळण, कोळ्यांची वस्ती काही काही सोडवत नव्हतं. तो आणखी आठ दिवस तिथेच राहिला.

दिवसभर समुद्रावर जाऊन वेळ काढायचा, हळूहळू समुद्रात मासेमारी करायला जाऊ लागलेल्या दोन चार होड्यांकडे पाहात राहायचं आणि रात्री नानांकडे मुक्काम करायचा असा दिनक्रम होता त्याचा.

एकदा तो नानांना म्हणाला,

''नाना, मीनाला बोलावून घेईन म्हणतो आहे. थोड्या वस्तूही आणील आणि तुम्हाला खर्चाला काही पैसेही आणील-''

''बोलव. तीही राहील थोडे दिवस इथे. उद्या संध्याकाळी मुंबईला जाणाऱ्या गाडीवर बघ कोणी भेटतंय का ओळखीचं. त्याच्याकरवी पाठव निरोप.'' नाना म्हणाले.

प्रमोदला पटलं. पण मुंबईला जाणारा ओळखीचा माणूस भेटायला आणखी आठवडा गेला. जुव्यातून बाहेरच्या जगाशी संपर्क ठेवायला दुसरं कुठलंच साधन वापरता येत नव्हतं. समोर समुद्र. मागे डोंगरांच्या रांगा. संपर्कसाधनाची सगळी आधुनिक उपकरणं इथे निरुपयोगी होती!

ज्याच्याबरोबर निरोप पाठविला त्यानं तो मीनापर्यंत पोचवला की नाही तेही कळत नव्हतं.

मीनाला, प्रमोदचं जुव्याबद्दलचं प्रेम अगदी चांगलं माहीत होतं. जुव्यासाठी तो काहीही करायला तयार असायचा. त्याच्या मनाच्या एका कोपऱ्यात तो सदैव जुव्यात आणि तिथल्या समुद्रकिनाऱ्यावरच असायचा!

मुंबईतही टीव्ही बघताना, सिनेमा बघताना, समुद्र दिसला, मासेमारी करत फिरणाऱ्या होड्या दिसल्या, कोळ्यांची घरं दिसली की स्वारी एकदम खूश होऊन जायची! हे मीनाला माहीत असल्यामुळे, जुव्याला गेलेल्या प्रनोदची मीनाने पहिले काही दिवस वाटच नाही पाहिली. धंदा बंद पडू नये म्हणून तिनंच दुकान उघडून जमेल तेवढं काम चालू ठेवलं.

मात्र आता बरेच दिवस झाले होते. प्रमोदला मीनाची आठवण येत नसली तरी मीना अस्वस्थ झाली होती.

आणि एके दिवशी सकाळी मीना जुव्याला येऊन पोचली. ती आली तेव्हा प्रमोद घरी नव्हता. घर बंद होतं. ती नानांकडे गेली तेव्हा तिला कळलं की हल्ली अगदी रात्री उशिरापर्यंत तो घरीच येत नाही. बहुधा तो किनाऱ्याजवळच असतो कुठेतरी.

मीना लगोलग समुद्राच्या दिशेने निघाली. दूर, पुळणीच्या टोकावर, एका उघड्या टाकलेल्या होडीवर कुणीतरी बसलं होतं. बाकी माणसाच्या अस्तित्वाच्या काही खुणा

नव्हत्या दिसत.

मीना पुढे निघाली आणि तिने पाहिलं. तो प्रमोदच होता.

‘‘अहो, इथे काय करताय? ऊन किती लागतंय. चला बघू घरी.’’

मीनाकडे बघून त्याला फारसं नवल नाही वाटलं.

‘‘केव्हा आलीस?’’

‘‘आता सकाळी. तुम्हाला माझी काही काळजी नाही. मग मीच आले.’’ मीना म्हणाली.

‘‘आत्ता एवढ्या लवकर कुठे जायचं? आता भरती सुरू होईल. समुद्रात जायला निघतील सगळे’’ तो म्हणाला.

प्रमोदचं ते बोलणं ऐकून मीनाच्या अंगावर सरसरून काटा फुलला. अतर्क्याच्या जाणिवेनं ती घाबरून गेली.

‘‘अहो काय बोलताय तुम्ही? चला बरं घरी-’’ असं म्हणत तिने ओढतच त्याला घरी आणलं.

प्रमोदशी बरीच चर्चा झाल्यावर मीनाच्या लक्षात आलं की, त्याला आता जुव्यातच राहायचं आहे. मुंबईचं घर सोडून मीनानेही तिथेच यावं असा त्याचा आग्रह होता. त्याच्या हट्टापुढे तिचा काही इलाजही चालत नव्हता.

तिने बरोबर आणलेल्या वस्तू आणि पैसा नानांच्या स्वाधीन केला आणि त्यांना प्रमोदचा हट्ट सांगितला. ते म्हणाले,

‘‘तू असं कर. महिनाभर राहा तो म्हणतो म्हणून. त्यालाही नको दुखवायला आणि आपल्यालाही वेळ मिळेल निर्णय घ्यायला.’’

‘‘हो. पण नाहीच काही जमलं तर?’’ मीना म्हणाली.

‘‘जमेल. प्रमोदची बहीण आहे ना मिरजेला? तिलाही बघ बोलावता येतं का. तीही बोलेल त्याच्याशी’’ नानांनी पर्याय सुचविला आणि तिला तो पटलाही.

थोडी खटपट करून मीनाने प्रमोदच्या मोठ्या बहिणीला, शुभाला, मिरजेला निरोप पाठवला. शुभाचा लहानपणापासूनच प्रमोदवर भारी जीव. दोघांच्यात अंतर खूप असलं तरी शुभाने त्याला कधीच तसं जाणवू दिलं नव्हतं.

‘‘अहो, शुभदावन्संपण येणार आहेत इथे. त्यांनाही यायचं आहे जुव्याला आणि तुम्हीही आहात त्यामुळे त्या नक्की येतील’’ असं जेव्हा मीनानं प्रमोदला सांगितलं तेव्हा तोही खूप आनंदला.

शुभा येईपर्यंत प्रमोदच्या इच्छेप्रमाणे मीनाने त्याला वागायला मोकळीक दिली. हवं तेव्हा समुद्रावर जावं. हवा तितका वेळ तिथं बसावं. मीनाही त्याच्याबरोबर जाऊ

लागली तिथे.

मीनाला वाटलं, आपण खरंच या समुद्राकडे इतकं तन्मय होऊन कधीच बघितलं नाही. केवढा विलक्षण आविष्कार आहे हा निसर्गाचा. केवढी ताकद. केवढा विस्तार आणि केवढं आर्जव आहे सगळ्या आसमंतात! कुणालाही अपल्यात सामावून घेण्याची ही तऱ्हा खरंच जगावेगळी.

प्रमोदमधे काही दोष नाही. तो खरंच अगदी 'नॉर्मल' आहे. आपल्याला उगीचच तसं वाटतंय. दोष असला तर तो आपल्यातच आहे असंही काहीबाही मीनाला वाटू लागलं. प्रमोदला वाटणारं समुद्राचं हे आकर्षण हेच खरं आहे. सत्य आहे. याची तिला हळूहळू खात्री पटू लागली होती.

लवकरच शुभाही आली जुव्याला. अनेक दिवसांत ती प्रमोदला भेटली नव्हती. तो काही दिवसांपूर्वी जुव्याला आलाय, वादळानंतर हे तिला मीनानं कळवलं होतं, पण तो इतके दिवस इथे राहील असं नव्हतं वाटलं तिला.

प्रमोदला बघताक्षणीच तिला त्याच्यात झालेला बदल जाणवला. समुद्राच्या बाबतीत तो इतका हळवा असेल याची पुसटशीही कल्पना तिला आली नव्हती यापूर्वी.

''हा कसला हळवेपणा? कसली आसक्ती? आणि कशामुळे? केवळ तो-'' स्वत:च्याच मनात आलेल्या विचारानं शुभा भांबावून गेली. थोडी घाबरलीही.

प्रमोदवर उपचार होणं गरजेचं आहे याची तिला खात्री होती. पण त्यापूर्वी काही गोष्टींचा उलगडा तिला करायलाच हवा होता.

त्या दिवशी संध्याकाळी नेहमीप्रमाणे प्रमोद समुद्रकिनाऱ्यावर गेला होता. शुभाने मीना आणि नाना, नानीना जवळ बोलावून घेतलं.

''मीना, एक विलक्षण गोष्ट सांगायची आहे मला तुम्हा सगळ्यांना.''

''म्हणजे? कसली विलक्षण गोष्ट?'' मीना घाबरून म्हणाली.

''घाबरू नको. पण प्रखर सत्य आहे. सानना धीरानं करावा लागेल'' शुभा म्हणाली.

''सांगा लवकर. जीव नका टांगणीला लावू आमचा'' मीना म्हणाली.

''सांगते. लहानपणची म्हणजे प्रमोद एक वर्षाचा होता तेव्हाची गोष्ट आहे. मी त्यावेळी दहा वर्षांची होते. मी प्रमोदला घेऊन संध्याकाळी समुद्रावर गेले होते. काळोख पडायला लागला तेव्हा मी घरी परतले. पण मला काय झालं होतं कोण जाणे. मी प्रमोदला तिथेच विसरून घरी आले. घरी आल्याआल्याच आई म्हणाली होती,

''अग प्रमोद कुठेय?'' मी धावतच परत किनाऱ्यावर गेले. हे सगळं फक्त दहा मिनिटांतच घडलं. पण मी गेले तेव्हा प्रमोद तिथे नव्हता. मी त्या तिन्हीसांजेच्या अंधूक

प्रकाशात पुळणीच्या टोकापर्यंत गेले. तिथे एका उलट्या टाकलेल्या लहानशा होडीवर प्रमोदसारखाच एक मुलगा होता. मी घाईघाईने त्याला घेऊन आले घरी.

तो प्रमोदच होता याची खात्री होती मला. मी कुणालाही हे सांगितलं नाही. असं काही झालं असेल असं कुणालाही वाटलं नाही. त्यामुळे माझी खात्रीच पटली. तो प्रमोदच होता! कालांतराने मी सगळं विसरूनही गेले.

पण आज वाटतंय तो कदाचित प्रमोद नव्हता! दुसऱ्याच कुणा कोळ्याचं ते मूल असावं. प्रमोदसारखं दिसणारं! त्याशिवाय प्रमोदची ही असली जगावेगळी समुद्र-सान्निध्याची ओढ आणि त्याचं हे कोळ्यांच्या वस्तीकडे तासन्तास बघत बसणं याचं उत्तर काय देणार?''

शुभानं बोलणं थांबवलं आणि वर बघितलं. दारात प्रमोद उभा होता! त्याच्या डोळ्यांत काही वेगळाच भाव होता.

आपली जीवनकथा ऐकून तोही नाही म्हटलं तरी थोडा गडबडून गेला होता. त्याला स्वत:लाच पडलेल्या अनेक प्रश्नांची उत्तरं त्याला शुभाच्या बोलण्यातून मिळाली होती. तो समुद्र किनाऱ्यावरच जन्मला होता बहुधा. त्याशिवाय समुद्राची इतकी आर्त ओढ कशी वाटेल एखाद्याला?

काही न बोलता तो पटकन निजायला गेला. अतीव समाधानाने!

दुसऱ्या दिवशी पहाटेच प्रमोद पुन्हा एकदा समुद्राच्या दिशेने गेला. पण ते कुणी पाहिलं नाही. खरं म्हणजे त्यानंतर त्याला कुणीच जुव्यात पाहिलं नाही. समुद्रावरही नाही आणि कोळ्यांच्या वस्तीजवळही नाही!

१

साकव

कोकणातल्या वाघोटण खाडीच्या किनाऱ्यावरचं ते गांव म्हणजे अनिरुद्धचं आजोळ. लहानपणापासूनच त्याच्या अगदी जिवाभावाचं असं ते गाव आणि तिथलं मामाचं घरही.

दरवर्षी मे महिन्याच्या सुट्टीत अनिरुद्ध आजोळी जायचा आणि महिनाभर अक्षरश: गावभर हुंदडायचा. त्या महिन्याभराच्या सुट्टीत त्याने तिथे अनेक मित्र जोडले होते. रोज कुणाला तरी दुपारच्या वेळी जेवायला घरी घेऊन यायचा. मामाच्या घरी फक्त मामी. नारळीपोफळीच्या बागा आणि आंब्याची भरपूर झाडं यामुळे मामाची परिस्थितीही उत्तम होती. मुलबाळ नसल्यामुळे मामीला अनिरुद्धचा लहानपणापासूनच खूप लळा लागलेला. सुट्टीत आलेल्या अनिरुद्धचे सगळे लाड ती मनापासून पुरवायची.

अनिरुद्धने तिथेच रहावं. तिथल्याच शाळेत जावं असं तिला वाटायचं; पण ते शक्य नव्हतं. मामाही नेहमी म्हणायचा,

''आहे काय या गांवात? मागे भला मोठा डोंगर आणि पुढ्यात अक्राळविक्राळ पसरलेली खाडी. जगाशी काही संबंध आहे का आपला? आहे काय इथल्या शाळेत? चार पडक्या भिंती, गळकं छप्पर आणि दहा पोरं. अनि मुंबैत आहे तोच बरा आहे. तिथेच शिकून मोठा होईल आणि कधीतरी करील याच गावाचा उद्धार''

मामाच्या बोलण्यात नक्कीच तथ्य होतं. पेशव्यांच्या काळात पुणे-कोल्हापूरकडे असलेले आपले पणजोबा-खापरपणजोबा या असल्या एकाकी गावात का येऊन राहिले हे त्यालाही पडलेलं कोडं होतं. हे गाव म्हणजे नदीच्या काठाकाठाने पसरलेली शंभर घरांची वस्ती. रस्ता नाही. वीज नाही. आजूबाजूला डोंगरउतारावर नुसती झाडं. पावसाळ्यात

तर सगळंच भयावह. सगळ्या जगाशी संपर्क तुटलेला.

साठच्या दशकात असलेली गावाची ही अवस्था आजही जवळपास तशीच होती. नाही म्हणायला गावात वीज आली होती; पण ती पावसाळ्यात गायबच असायची. इतर वेळी दिवसातून तासभर. रात्रीचा अंधार अजूनही तसाच पूर्वीसारखा. राजापुरातून येणारी एस.टी. कधी आली तर आली म्हणायची. एवढीच काय ती गावात झालेली प्रगती.

मध्यंतरीच्या काळात नातेवाइकांना भेटायला मुंबईला गेलेला मामा बेपत्ता झाला. त्याचा अजूनही शोध लागलेला नव्हता. अनिरुद्धने मामाचा शोध हरप्रकारे घेण्याचा प्रयत्न केला; पण मामा नाहीच सापडला. मामी आजोळच्या त्या एकाकी गावात राहून अक्षरश: उन्मळून पडली होती. अनिरुद्ध मुंबईला येण्यासाठी तिची सारखी मनधरणी करीत होता. पण मामा नक्की घरी परत येईल व त्यावेळी आपण तिथे असायला हवं या विलक्षण विश्वासापोटी मामी तिथंच राहिली होती.

गेल्या पन्नास वर्षांत अनिरुद्धच्या आजोळचं ते घर पार उद्ध्वस्तं झालं होतं. घराच्या भिंती जेमतेम तग धरून उभ्या होत्या. मामी एकटीच त्या घरात मामाची वाट बघत दिवस ढकलीत होती. अनिरुद्ध मुंबईहून पाठवित असलेले पैसे तिला तिथे फारसे वापरावे लागतच नव्हते. दरवर्षी न चुकता अनिरुद्ध गणपतीच्या सुट्टीत दोन-चार दिवस येऊन जायचा. केवळ मामीवरच्या अपरंपार प्रेमापोटी त्या तसल्या भकास वास्तूत राहायचा. मामीची 'मुंबईला चल' अशी मनधरणी करायचा; पण मामी मात्र तेवढंच त्याचं ऐकत नसायची.

यावर्षी अनिरुद्ध आईला घेऊनच आजोळी आला होता. आईला बरेच दिवसात मामीलाही बघायची इच्छा होतीच. दोघंही आल्यामुळे मामी अगदी आनंदून गेली होती. मनातून कोलमडून गेली असली तरी मामी अजूनही शरीरानं ठणठणीत होती.

"मामा आता येईल असं वाटत नाही मामी. तू चल बरं आमच्याबरोबर मुंबईला-" अनिरुद्ध म्हणाला.

"आता काय करू तिथे येऊन? आणि बरं का अनि, तुझा विश्वास नाही बसणार माझ्यावर, पण दोन दिवसांपूर्वीच हे माझ्या स्वप्नात आले होते. म्हणत होते दोन दिवस लागतील पोचायला. कुठे बडोद्याच्या बाजूनं येणार आहेत, म्हणे --" मामीने अनिरुद्धला म्हटलं.

"ते स्वप्न होतं मामी आणि बडोद्याला कुठे गेलाय हा? आणि इतकी वर्षं नव्हतं कळवता येत? तुला भलतच काहीतरी स्वप्न पडलंय --"

"अरे पण गेल्या इतक्या वर्षांत हे एकदाही स्वप्नात आले नाहीत आणि आता आलेत म्हणजे नक्कीच येतील. मी नाही येत मुंबैला." मामीनं निक्षून सांगितलं आणि

अनिरुद्धला माहीत होतं, तिच्याशी वाद घालण्यात अर्थ नव्हता. पण तरीही तो म्हणाला,

''आणि नाहीच आला दोन दिवसात मामा तर?''

''तरीही मी वाट बघीन. मला वाटतं आता ते नक्कीच येतील --'' मामीनं समारोप केल्यासारखं म्हटलं.

अनिरुद्ध अजून दोन दिवस आजोळी राहणार होताच. मामा नाही आला तर पुन्हा प्रयत्न करावा मामीला मुंबईला नेण्याचा असा विचार त्यानं केला.

दुसऱ्या दिवशी वेतोबाच्या देवळापर्यंत भटकून यावं म्हणून संध्याकाळी तो बाहेर पडला. देवळातून तो परत निघाला तेव्हा अंधार पडू लागला होता. त्याच्या हातातल्या मोबाईल फोनचा तिथे काही उपयोग नव्हता. मामीला, आईला उशीर होईल हे कळवणं शक्यच नव्हतं.

अंधार पडू लागला होता. पायाखालची वाट दिसेनाशी होण्याआधीच घरी पोचायला हवं होतं. खाडीच्या काठाकाठानं जाईपर्यंत काही अडचण नव्हती, पण डोंगराजवळ गेल्यावर वाट वळली की मग काळोखातून जाणं शक्यच नव्हतं.

अनिरुद्ध नकळतपणे झपाझप पावलं टाकीत घर जवळ करू लागला.

खरं म्हणजे यावेळी अनिरुद्ध दोन दिवसांतच आजोळी अगदी कंटाळून गेला होता. त्या एवढ्याशा गावात आता त्याच्या बरोबरीचं कोणी नव्हतं आणि घरातही फक्त वृद्ध मामी आणि अनिरुद्धची त्याच्या बरोबर आलेली आई यांच्याशिवाय कुणी नव्हतं. गावातली बरीचशी माणसं आता त्याच्या परिचयाची नव्हती आणि जी होती ती आपापल्या उद्योगांत गुंतलेली होती.

खाडीच्या काठाकाठानं जाणारी वाट वळली अन् डोंगराच्या दिशेनं चढू लागली. खाडीतल्या हेलकावणाऱ्या पाण्याचा अथांग परिसर आता दृष्टिपथात आला. मावळतीकडे बुडालेल्या सूर्याचा धूसर गूढ प्रकाश आसमंतात भरून जाऊ लागला. निसर्गाची ही उदास छटा अनिरुद्धच्या आता अगदी पूर्ण परिचयाची झाली होती. आजोळी आल्यावर, सकाळी उठल्यापासून संध्याकाळपर्यंत, समोर पसरलेल्या खाडीची विविध रूपं बघत राहाणं हाच एक उद्योग असायचा. रात्री अंधारानं सगळा आसमंत गिळून टाकला आणि घोंगावत येणाऱ्या वादळी वाऱ्याबरोबर अन् तुफान पावसाबरोबर समोरच्या अंगणातल्या बांबूच्या वनांतून येणारा वारा गूढगुंजन करीत आवाज करू लागला की डोक्यावर पांघरूण घेऊन पडून राहणं याशिवाय दुसरं काही करताच यायचं नाही. गेल्या अनेक वर्षांत त्याचा हाच दिनक्रम होता.

डोंगराच्या दिशेनं वळलेल्या वाटेनं अनिरुद्ध झपाझप चालू लागला. मिट्ट काळोख होण्यापूर्वी घरात पाऊल ठेवणं आवश्यक होतं. संध्याकाळी फिरायला गेलेला अनिरुद्ध

अजून कसा परतला नाही म्हणून आई आणि मामी, दोघीही काळजी करीत बसल्या असतील. खरं म्हणजे अनिरुद्ध इतक्या उशिरापर्यंत कधी बाहेर राहायचा नाही. त्याला स्वत:लाच संध्याकाळच्या त्या गूढ काळोखाची भीती वाटायची. आज मात्र तो वेळेवर घरी परतू शकत नव्हता.

वाटेवरच्या ओढ्यावर बांधलेला साकव पडल्याचं त्याला दिसलं अन् त्याला ओढ्यात उतरूनच पलीकडे यावं लागलं. तिथंच त्याला एकनाथ भेटला. त्यानं आणखी थोडा वेळ खाल्ला आणि शेवटी काळोख पडायचा तो पडलाच.

डोंगराच्या कडेकडेनं जाणारी वाट संपता संपत नव्हती. झपाझप पावलं उचलीत तो घरी परतला. आई आणि मामी वाटच पाहात होत्या.

''काय रे अनी - होतास कुठे इतका वेळ?'' मामीनं विचारलं.

''अगं मामी, त्या वेतोबाच्या देवळाजवळचा साकव मोडून पडलाय-'' अनिरुद्ध म्हणाला.

''पडला का पुन्हा या वर्षी साकव? अरे, मग काय ओढ्यातून चालत का आलास?''

''मग करणार काय दुसरं?'' अनिरुद्ध पडवीतल्या बाजेवर बसत म्हणाला.

''पाणी नव्हतं वाटतं ओढ्याला?''

''तसं अगदीच कमी नव्हतं - पण आलो त्यातूनच. नाहीतर आज पलीकडच्या वेतोबाच्या देवळातच राहाण्याची पाळी आली होती. ओढ्यातून येतच होतो अन् एकनाथ भेटला.''

''एकनाथ?''

''तो गं - पाटकर वाड्यातला.''

''पाटकर वाड्यातला? तू ओळखतोस त्याला?'' मामीनं विचारलं.

''नाही! मी तर आज पहिल्यांदाच बघितलं त्याला; त्यानंच सांगितलं, मी पाटकर वाड्यातल्या पाटकरांचा एकनाथ म्हणून.''

''पाटकर वाड्यात कुठं राहतो?''

''विचारलं नाही.''अनिरुद्ध म्हणाला.

''इकडंच येत होता का?'' मामीनं विचारलं.

''बहुतेक नसेल. नाहीतर माझ्याबरोबरच नसता का आला?''

''काय म्हणत होता?'' मामीनं विचारलं.

''काही विशेष नाही. मुंबईला परत केव्हा जाणार आहेस म्हणून विचारीत होता.''

''त्याला कसं कळलं तू मुंबईला राहतोस ते?''

‘‘मीच सांगितलं.’’

‘‘मग?’’

‘‘मग काय? ही चिठ्ठी दे म्हणाला गिरगावातल्या नातेवाइकाला.’’

असं म्हणून अनिरुद्धने खिशातली बंद चिठ्ठी बाहेर काढली. अनिरुद्धची आई त्यावरचा पत्ता बघत म्हणाली.

‘‘अरे अनी, हा पत्ता तर आपल्यापासून खूप दूरचा दिसतोय.’’

‘‘असू दे. एखाद्या रविवारी येईल देऊन.’’ मामी म्हणाली.

‘‘लगेच द्यायला पाहिजे म्हणत होता एकनाथ.’’ अनिरुद्ध म्हणाला.

‘‘लगेच म्हणजे काय? एखादा दिवस तरी मोडेलच, नाही का?’’ आई म्हणाली.

‘‘लगेच दे म्हणाला.’’

‘‘मला आधी हा एकनाथ कोण तेच कळत नाहीये. पाटकरवाडीत आहेत तशी बरीच पोरं; पण हा एकनाथ काही आठवत नाही.’’ मामी म्हणाली.

‘‘अगं मामी, हा एकनाथ काही पोरगा नाहीये. मोठा बाप्या आहे.’’ अनिरुद्ध म्हणाला.

‘‘बरं, असू दे बाप्या! तू आता चल जेवायला.’’ आईनं विषय संपवला.

मामीच्या आग्रहामुळे अनिरुद्धचा मुक्काम आणखी दोन दिवसांनी वाढला. त्या दोन दिवसांत मामीनं शंभर लोकांजवळ पाटकरवाडीतल्या एकनाथची चौकशी केली.

‘‘पाटकरवाडीत एकनाथ कोण असां रे? कदी बघलंय काय रे या एकनाथांक?’’ मामी ज्याला त्याला विचारीत होती.

‘‘नाय ब्बा! खंयचो एकनाथ? पाटकरवाडीचो?’’

‘‘पाटकरवाडीत जावन इचार मा गो. असांत कोणतरी चाकरमानी -’’ अशी उत्तरं मिळत होती आणि एकनाथ कोण ते कळत नव्हतं.

दोन दिवस मुक्काम वाढला, पण अनिरुद्धला तसा अगदीच कंटाळा नाही आला. संध्याकाळी वेतोबाच्या देवळाजवळच्या मोडक्या साकवापर्यंत फिरून आलं की दिवसभरचा सगळा कंटाळा निघून जायचा त्याचा. त्या दोन दिवसांत एकनाथ भेटेल असं वाटलं होतं त्याला - पण अखेरपर्यंत तो भेटला नाही तो नाहीच.

दोन दिवसांनी अनिरुद्ध आईबरोबर मुंबईला आला.

आल्याआल्याच एकनाथचं पत्र घेऊन निघाला त्याचा पत्ता शोधायला. संध्याकाळपर्यंत पत्ता शोधून थकला आणि रात्री परत घरी आला.

‘‘काय रे अनी? पत्ता नाही वाटतं मिळाला?’’ आईनं विचारलं.

‘‘नाही ना! पत्र द्यायचं म्हणजे जवळपास एखादी खूण तर पाहिजे सापडायला.’’

''पण या चिठ्ठीवरचा पत्ता तर अगदी सविस्तर आहे.'' आई म्हणाली.

''होय ना. तरीही काही उपयोग नाहीये.''

अनिरुद्ध पुन्हा दुसऱ्या दिवशी पत्ता शोधीत निघाला. पुन्हा कालच्याच ठिकाणी गेला अन् पत्त्यावर लिहिलेल्या क्रमांकाचं घर सापडत नाही म्हणून परत आला.

तिसऱ्या दिवशीही पुन्हा तसाच प्रकार घडला.

''अनी, तू आता नाद सोडून दे त्या पत्राचा. आपण मामीला कळवून टाकू, म्हणजे तो कोण एकनाथ तो आला की मामी सांगेल त्याला पत्ता नाही मिळाला म्हणून.''

''नको. नको.'' अनिरुद्ध म्हणाला.

''अरे, एवढा घाबरतोस काय त्यात? पत्ता मिळत नाही ही तुझी चूक आहे का? या माणसांना साधे पत्तेसुद्धा नीट लिहिता येत नाहीत.''

''मला पत्ता शोधायलाच हवा. त्याशिवाय माझी सुटका नाही.'' अनिरुद्ध म्हणाला.

''सुटका? सुटका कसली? अरे, तो एकनाथ तुला शिक्षा का करणार आहे?'' आईनं विचारलं; पण आईचं बोलणं त्यानं फारसं मनावर घेतलंच नाही.

दुसऱ्या दिवशी दिवसभर तो घरातच राहिला आणि संध्याकाळी पत्ता शोधायला निघाला.

आईला आश्चर्य वाटलं.

''अरे, दिवसभर घरात बसून राहिलास आणि आत्ता निघाला आहेस? घरी यायला काळोख नाही का व्हायचा?''

''अगं आई, मुंबईत कसला आलाय काळोख? आणि तसं म्हटलं तर चिठ्ठी द्यायला खूप उशीर झालाय. एकनाथाचं माणूस कदाचित वाट बघत असेल.''

''अरे पण घर सापडेल का?''

''माहीत नाही. बघतो प्रयत्न करून. कदाचित सापडेल.'' असं म्हणत अनिरुद्ध बाहेर पडला. शहराच्या एका बाजूला असलेल्या त्या पत्त्यावर अनिरुद्ध पुन्हा एकदा आला अन् घर शोधू लागला. पत्त्यावरच्या नावाचं घर कुठे दिसत नव्हतं. गेले दोन दिवस ज्या घरात चौकशी केली ती टाळून बाकीच्या घरांत डोकावून अनिरुद्ध चौकशी करीत होता, पण आजही काही यश येत नव्हतं. रात्रीचे दहा-अकरा वाजून गेले असतील. अनिरुद्ध परतण्याच्याच विचारात होता - इतक्यात दूरवर एक एकाकी घर दिसू लागलं.

कदाचित एवढा वेळ त्या घरातले दिवे लागले नव्हते म्हणून ते घर दिसत नव्हतं. घरातली व्यक्तीही आत्ताच आली असावी बाहेरून! गेले दोन दिवस हे घर कसं दिसलं नाही याचंच अनिरुद्धला आश्चर्य वाटलं.

अनिरुद्ध झपाट्याने त्या घरापर्यंत जाऊन पोहोचला. पत्त्यावरच्या खुणा आता

पटत होत्या. दार उघडंच होतं.

रिकाम्या दिवाणखान्यातून तो आत गेला. आतल्या खोलीतल्या एका कोपऱ्यात एक माणूस खिडकीतून बाहेर पाहात उभा होता.

अनिरुद्धची चाहूल लागताच त्यानं मान वळवून त्याच्याकडे पाहिलं अन् अनिरुद्धला आश्चर्याचा धक्का बसला.

तो एकनाथ होता!

"एकनाथ?" अनिरुद्ध म्हणाला.

"होय, ये बस."

"तू केव्हा आलास मुंबईला?" अनिरुद्धने विचारले.

"कळेल तुला. बस." एकनाथ पुटपुटला.

"हे तुझं पत्र - तूच दिलेलं." अनिरुद्ध खिशातलं पत्र काढीत म्हणाला.

"त्याची काही गरज नाही." एकनाथ म्हणाला.

"का?"

"कारण त्या चिठ्ठीत काहीच नाहीये. वर नुसताच पत्ता आहे - तुला नेमकं कुठं यायचं ते कळावं म्हणून दिलेला. तुला या पत्त्यावर दिलेलं ते आमंत्रण आहे." एकनाथ म्हणाला.

"आमंत्रण?" अनिरुद्धने विचारलं.

"आता इथंच राहायचं. माझ्याबरोबर. त्या दिवशी ओढा ओलांडत होतास ते आठवतंय ना? मी आलो नसतो तर तिथंच त्या मोडक्या साकवाच्या आजूबाजूला राहिला असतास - कायमचा -! ये. तुझ्या मामालाही इथंच बोलावलंय -"

"मामाला? इथे बोलावलंयस? पण तो तुला कुठे भेटला?"

"तोच सांगेल सगळं तुला. ये." एकनाथ म्हणाला. त्याच्यामागोमाग अनिरुद्ध आतल्या खोलीत गेला. तिथे कोपऱ्यात हाताची घडी घालून त्याचा मामा बसला होता. अनिरुद्धला बघून तो एकदम उठला.

"अनि, माझा अनि, -- ये -" मामा असं म्हणत पुढे सरकला अन् घरातले सगळे दिवे विझले. अंधारनं ते घर गपकन् जणू गिळून टाकलं.

रात्रभर वाट बघून अनिरुद्धची आई अगदी कासावीस होऊन गेली होती. काल संध्याकाळी एकनाथाचा पत्ता शोधायला गेलेला अनिरुद्ध अजूनही घरी परतला नव्हता आणि मोबाईल फोनही घरी विसरून गेला होता. कोणाला सांगावं, काय करावं तिला काही कळत नव्हतं. सैरभर झालेल्या मनाची कशीबशी समजूत काढणाऱ्या माऊलीच्या हातात दुसऱ्या दिवशी मामीचं पत्र पडलं आणि ती उन्मळून पडली.

मामीनं लिहिलं होतं,

''वेतोबाच्या देवळाजवळ साकव मोडून पडला त्याचदिवशी अनिरुद्ध ओढ्यातून चालत घरी येताना पाण्यात पडून मरण पावला होता. गावातल्या लोकांना अनिचं कलेवर मिळालं चार दिवसांनी. तुम्ही गेल्यावर दुसऱ्याच दिवशी अनिरुद्धचे मामाही स्वप्नात दिसल्याप्रमाणे घरी आले होते. त्यांनाही कुणी एकनाथ भेटला होता साकवाजवळ. मामा पुन्हा मुंबईला गेलेत. कालच. दोन दिवसात येतो म्हणून सांगून गेलेत.

याच ओढ्यात मागच्या वर्षी कोणी एकनाथ नावाचा वयस्कर माणूस पाय घसरून पडला होता. अनिरुद्धला तोच भेटला होता बहुधा साकवाजवळ.''

१०

नदीकाठचं घर

चारही दिशांनी अस्ताव्यस्त पसरलेल्या त्या शहरात अनंता अनेक दिवस, त्याला परवडेल अशी जागा राहाण्यासाठी शोधत होता.

खरं म्हणजे एक-दोन खोल्यांच्या छोटेखानी जागा भरपूर ठिकाणी उपलब्ध होत्या; पण त्याचं भाडं देणं त्याला परवडत नव्हतं. शिवाय तो आणि आई अशी दोघंजणंच राहणारी घरात. त्यामुळे अगदी एखादी खोलीही मिळाली तरी त्याला चालणार होती.

'शहरापासून फार दूर नको' एवढीच त्याच्या आईची अट होती. त्यामुळे शहरातच पण परवडेल अशी जागा कुठे आढळतेय का हे तो पाहात होता. वर्तमानपत्रातल्या जाहिराती, शहरात भिंतींवर चिकटवलेली निवेदने पाहात होता. मित्रमंडळींनाही त्यानं सांगून ठेवलं होतं आणि रोज संध्याकाळी कामावरून आल्यावर, आजूबाजूला भटकून तो माहिती घेत होताच.

त्या दिवशी संध्याकाळी भटकता भटकता त्याची नजर एका चहाच्या दुकानाजवळ टांगलेल्या पुठ्ठ्यावर लिहिलेल्या जाहिरातीकडे गेली.

"जागा भाड्याने देणे. अत्यल्प भाडे."

अनंता त्या जाहिरातीजवळ गेला आणि त्या चहावाल्याला त्याबद्दल काही विचारणार इतक्यात एक गोरटेलासा, उंच तरुण तिथं आला.

"जागा शोधताय का?" त्यानं विचारलं.

"हो" अनंता म्हणाला.

"बघायचीय? दाखवू?" त्यानं विचारलं.

"पण भाडं अत्यल्प म्हणजे किती ते तर सांगा--"

अनंतानं म्हटलं.

''आधी जागा तर बघा. चला.'' असं म्हणत त्या तरुणानं जवळच उभ्या असलेल्या स्कूटरचा स्टार्टर सुरू केला.

''म्हणजे जागा इथं नाहीये का? मला गावाबाहेरची जागा नकोय-'' अनंताने आपली अट सांगितली.

''गावाबाहेर नाही हो. ही इथेच दोन चौक टाकून, नदीजवळ-'' तो म्हणाला.

अनंताला घेऊन तो खरोखरच तिथून जवळच असलेल्या नदीपुलाच्या दिशेने निघाला. नदीकिनारी वाढलेल्या नवीन भागात, दोन-तीन अपार्टमेंट्सच्या मधल्या अरुंद चिंचोळ्या भागात एक बंगलीवजा घर होतं. तिथं स्कूटर थांबवीत तो तरुण म्हणाला,

''या. हेच घर-''

''अहो हा तर बंगला वाटतोय. मला भाडं परवडणार नाही. तुम्ही भाडं सांगण्याआधीच मी माझी अडचण तुम्हाला सांगतो.'' अनंता म्हणाला.

त्या तरुणानं अनंताच्या बोलण्याची दखल न घेताच त्या बंगलीचा दरवाजा उघडला. आत पाऊल टाकताच अनंताच्या लक्षात आलं की ते अर्धवट बांधकाम सोडून दिल्यासारखं वाटणारं घर होतं. घराला उंची फार नव्हती. एक पोटमाळा होता आणि केवळ एकच खिडकी होती. नदीच्या दिशेने उघडणारी. भिंतीही मातीच्या असाव्यात तशा.

अनंताला घर अजिबात पसंत नव्हतं; पण नाही म्हणण्यापूर्वी भाडं विचारावं म्हणून त्यानं म्हटलं,

''भाडं सांगा ना. म्हणजे मला काहीतरी विचार करता येईल.''

''तुम्हाला खरं सांगू का? तुम्ही जे जमेल ते द्या. नाही दिलंत तरी चालेल-'' तो तरुण म्हणाला.

''म्हणजे?''

''मी आणि माझा भाऊ विनय अशा दोघांनी ही जागा घेऊन बांधकाम सुरू केलं होतं; पण मी निघालोय परदेशात कायमचा आणि विनय बाबांबरोबर राहातोय शहरातच दुसरीकडे. त्याला इथे यायचंही नाहीये आणि राहायचंही नाहीये. जागा अशा ठिकाणी आहे की लगेच कोणी घ्यायलाही तयार होत नाहीये.'' तो म्हणाला.

''अशा ठिकाणी म्हणजे?''

''नदीकाठी इथून जवळच स्मशानभूमी आहे. खरं म्हणजे त्याला काही तसा अर्थ नाही; पण विक्री करताना थोडा परिणाम होतोच ना-''

''मला आईला विचारावं लागेल. तिला जागाही दाखवावी लागेल.'' अनंताने म्हटलं.

“उद्या या, आईंना घेऊन. विनयलाही बोलावतो.” तो म्हणाला.

दुसऱ्या दिवशी अनंता आईला घेऊन त्याच्याकडे गेला. त्याच्याबरोबर आलेल्या विनयला बघून त्याला आश्चर्याचा धक्का बसला. तो अनंताचा बालपणीचा मित्र होता. विनय वझे!

मग काय, पुढचं सगळं सोपंच झालं. विनयने आईला जागा दाखवली. तिला ती अजिबात पसंत नव्हती.

“थोडे दिवस राहा आई. नंतर अनंता घेईलच की दुसरीकडे जागा-” विनय म्हणाला होता.

आई कशीबशी तयार झाली. जागा गावाबाहेर नव्हती एवढीच काय ती तिच्यादृष्टीने महत्त्वाची गोष्ट होती.

अनंता आईबरोबर तिथं राहू लागला. अगदी जुजबी भाडं देऊन. विनयचं त्याच्याकडे आणि अनंताचं विनयकडे जाणंयेणंही वाढलं. दोन मित्र अनेक दिवसांनी पुन्हा एकत्र आले होते.

नदीकाठी असलेल्या, शहराच्या कमी गजबजलेल्या त्या भागाची अनंताला आता सवय झाली होती. दोघे मित्र नदीकाठच्या पुलावर तासन्‌तास गप्पा मारत बसू लागले. दोघेही खूश होते.

मध्यंतरी काही दिवस विनय अनंताच्या घरी येऊ शकला नव्हता. अनंता त्याची आतुरतेनं वाट बघत होता.

त्या दिवशी संध्याकाळची वेळ होती. अनंत माळ्यावरच्या जागेत बसून वाचन करीत होता. एवढ्यात कुणीतरी हाक मारली.

अन्‌ अनंताच्या मनाची चलबिचल झाली. एकाग्रता भंगली. त्यानं पुस्तक बाजूला केलं. खरं म्हणजे या वेळी त्याला कुणी यायला नको होतं. सुंदर लय जमली होती...

“अनंताऽ” हाक पुन्हा आली, अनंतानं पुस्तक खाली ठेवलं अन्‌ तो उठला. त्याला कुणीतरी पुन्हा एकदा हाक मारली.

अनंताच्या साऱ्या अंगावर सरसरून काटा फुलला. “असा खोल खोल विहिरीतून यावा तसा कुणाचा आवाज येतोय? अन्‌ आवाजात असा आर्तपणा तरी कसला? या घरात, नाहीतर घराभोवती... पलीकडच्या पडक्या घरात किंवा कदाचित... कदाचित या माळ्यावरच कुणी... अनंताचं विचारचक्र गरगरू लागलं. हातापायांना कापरं भरल्यासारखं वाटू लागलं. आईच्या विरोधाला न जुमानता या जागेत येऊन राहिल्याची थोडीशी भीती नकळत मनात घर करू लागली.

अनंता उठला होता पण त्याचं पाऊल पुढे पडत नव्हतं. खोली, संध्याकाळच्या

अपुऱ्या अर्धवट प्रकाशानं झपाट्यानं भरून जाऊ लागली होती. त्या अर्धवट प्रकाशाला... काळोखाला जणू डोळे फुटले होते... आवाज फुटला होता... जिकडे तिकडे, भिंतीवर, जमिनीवर, छतावर, खिडक्यांच्या तावदानांवर, 'अनंता, अनंता' अशा हाकांचा भडीमार होऊ लागला होता...

आता जिन्यावर पावलं वाजत होती... कुणीतरी वर येत होतं... माळ्यावर... अनंताकडे. पावलांचा आवाज जवळजवळ येत होता... एकाएकी आवाज थांबला. अनंतानं डोळे घट्ट मिटून घेतले होते. त्याच्या समोरच कुणी उभं असावं. कुणाच्या तरी श्वासोच्छ्वासाची संथ लय अनंताला जाणवत होती.

''अनंता...'' कुणीतरी त्याचा हात पकडला. त्या तेवढ्या स्पर्शानं अनंता भयानं गारठून गेला. डोळे उघडण्याचं धाडस त्याला होत नव्हतं, तोंडातून शब्द फुटत नव्हता.

तो खाली कोसळला.

अनंता शुद्धीवर आला तेव्हा विनय त्याच्या शेजारी बसला होता.

''अनंता -'' त्यानं हाक मारली. अनंताला आश्चर्य वाटलं, मघाशी जो आवाज ऐकला त्यात आणि विनयच्या आवाजात किती साम्य होतं. तो विनयचाच आवाज तर नव्हता? आपण उगीचच घाबरलो.

''विनय, मघाशी -''

''हो, मघाशी मीच हाका मारीत होतो. इतक्या हाका मारल्या; पण तू काही खाली आला नाहीस. शेवटी म्हटलं आपणच वर जावं.'' विनय म्हणाला.

''आणि मग -''

''मग काय? वर आलो तर तू असा डोळे बंद करून थरथरत उभा. मी हात लावला तर तू खालीच कोसळलास -'' विनय थांबला. थोड्या वेळानं म्हणाला, ''चल खाली. तुझी आई आलीय आत्ताच बाहेरून. चहा करून घेऊ या झकासपैकी.''

''विनय, आईला काही सांगू नकोस -''

''का रे?''

''आईचा पहिल्यापासूनच इथं राहायला यायला विरोध होता. आता माझ्याबद्दल असलं काहीतरी तिनं ऐकलं म्हणजे माझ्यापेक्षा तीच अधिक घाबरून जाईल -''

''असलं काहीतरी म्हणजे?'' विनयनं विचारलं आणि ते साहजिकच होतं. अनंताची परिस्थिती त्याला कुठं माहिती होती.

''मी आता बेशुद्ध पडलो होतो ते -'' असं म्हणत अनंता त्याला घेऊन खालच्या खोलीत आला.

आईचं लक्ष दोघांकडेही नव्हतं. ती भिंतीकडे टक लावून पाहात बसली होती.

“काय पाहातेस आई?” अनंतानं विचारलं.

“अनंता, भिंतीवर बघ कसली काजळी जमलीय... सगळीकडेच दिसत्येय पसरलेली.” आई म्हणाली.

अनंतानं भिंतीकडे पाहिलं.

हवेबरोबर उडत आलेल्या राखेच्या कणांसारखे काळपट पांढरे कण भिंतीवर इतस्तत: चिकटले होते. अनंतानं हात लावून पाहिला. ती राखच होती. राखेला थोडा कोंदट, कुजकट वासही होता...

“आश्चर्यचं आहे! सकाळी तर भिंत स्वच्छ होती.” तो पुटपुटला आणि पुन्हा भिंतीकडे पाहू लागला.

“अरे, माझ्याकडे तुमचं लक्षच नाहीये... इतक्या दिवसांनी आलोय -” विनयनं दोघांचही लक्ष आपल्याकडे वेधून घेतलं.

“आधी चहा करा आई झकाससा! मग बसा बघत भिंतीकडे.” त्यानं वाक्य पूर्ण केलं.

“अरे हो - मी विसरलेच. आज राहातोस का इथेच?” आईने विचारलं.

“हो तर त्यासाठी तर आलोय.” “बरं, जागा छान आहे ना? काही अडचण नाही ना?” विनयनं विचारलं.

“खरं सांगू का विनय, मला ही जागा तशी मुळीच पसंत नव्हती. कशी कोंदट कोंदट वाटतेय. मातीच्या भिंती आणि घरभर कोळीष्टकं! आल्यापासून स्वच्छता करण्याचा उद्योग चाललाय. शिवाय - ” आई थांबली.

“शिवाय काय आई?” विनयने विचारलं.

“काही नाही!”

“बाबा गेल्यापासून पैशांचीही फार चणचण भासत्येय. इतक्या कमी भाड्यात कोण चांगली जागा देणाराय? तू होतास म्हणून एवढी तरी सोय झाली.” अनंता म्हणाला.

आईने चहाचे कप दोघांच्या हातात दिले अन् अनंताची नजर चहावरच्या काळपट पांढऱ्या कणांवर जणू चिकटून बसली. चहावरचा तो विचित्र थर पाहून तो सुन्न झाला. आईला तो म्हणालाही की भिंतीवरचे कण अन् चहात तरंगणारे कण एकाच प्रकारचे दिसताहेत; पण आईला ते पटलं नाही.

“अरे चहा नीट गाळला गेला नसेल, मला हल्ली मेलं नीटसं दिसतही नाही.” ती म्हणाली.

“छे, चहाची पूड तर निश्चितच नाही.” अनंतानं दोघांच्याही हातातले कप घेतले अन् चहा मोरीत ओतून टाकला.

‘‘थांब विनय, मी पुन्हा करते चहा -’’ आई म्हणाली.

‘‘असू दे. पुन्हा नका करू... आता एकदम जेवायचंच. उशीरही बराच झालाय.’’ विनय म्हणाला.

आई स्वयंपाक करू लागली. अनंता आणि विनय तिथंच कॉटवर बसून गप्पा मारू लागले.

‘‘विनय अरे तू गेल्या महिन्यात भेटलास. त्यानंतर इतक्या दिवसात काय तुला एकदाही वेळ झाला नाही, इकडे यायला?’’ अनंता.

‘‘थोडी तब्येत ठीक नव्हती माझी. जाऊ सावकाश म्हणून केली चालढकल झालं.’’

‘‘आणि आलास तोही असा अवेळ करून...’’

‘‘म्हणून काय झालं? आलोय ना?’’

गप्पा रंगत होत्या. आई ऐकत होती.

बाहेरचा अंधार गडद होत होता.

रात्र चढत होती.

एकाएकी समोरच्या खिडकीतून गरम उष्ण हवेची झुळूक आत आली अन् लगेचच जोरदार वारा त्या अरुंद खिडकीतून झपाटल्यासारखा आत घुसला. बाहेर जणू वादळ सुटले होते.

पुन्हा एकदा तो विचित्र काळा-पांढरा काजळीसारखा राखेचा थर सगळीकडे जमू लागला. घरातल्या लहान-मोठ्या भांड्यावर, वाळत घातलेल्या कपड्यांवर तो थर हळूहळू दृश्य होत होता.

अनंताचा चेहरा तर त्या थराखाली जणू नाहीसाच होत होता. आईनं त्याच्याकडे पाहिलं अन् तिच्या काळजाचं पाणी झालं. ती ओरडली,

‘‘अनंता, धुवून टाक आधी तुझा चेहरा... कुठून कसली राख येतेय कोण जाणे.’’

‘‘आई तुझ्याही चेहऱ्यावर...’’ अनंता पुटपुटला.

‘‘जाऊ दे रे! पुसून टाका म्हणजे झालं... एवढं काय घाबरायचय त्यात?’’ विनय म्हणाला.

अनंता उठला.

चेहरा पुसत पुसत खिडकीपाशी जाऊन उभा राहिला. दूर कुठंतरी काहीतरी जळत होतं.

अनंता पळतच माळ्यावर गेला... अन् माळ्याच्या जिन्यातच थबकला. जिन्याच्या पायऱ्यांपासून माळ्यावर सगळीकडे तो काळपट राखेचा थर पसरला होता... भिंतीवर,

खिडकीवर चिकटला होता.

अनंता खाली आला.

''आई, ते समोर काय जळतंय?''

''असेल, काहीतरी. मला वाटतं तिथंच स्मशान आहे.''

''पण इतके दिवस कसं कळलं नाही आपल्याला?''

''अरे, कळायचंय काय त्यात? आपल्याला विनयने नव्हते का सांगितले?'' आई म्हणाली.

अनंता वळला. त्यानं हातात केरसुणी घेतली आणि खोली स्वच्छ झाडली.

जेवणं झाली; पण अनंताचं तिकडे लक्षच नव्हतं. राहून राहून त्याची नजर खिडकीतून बाहेर जात होती.

दूरवर पसरणारी ती आग आता मंद होत होती.

अनंताला खिडकी इतकी भयावह कधीच वाटली नव्हती आणि तो थर... काळा, अर्धवट भाजलेल्या राखेसारखा. त्यानं तर अनंताचं डोकंच सुन्न करून टाकलं होतं.

''झोपा आता, बरीच रात्र झाली!'' आईच्या शब्दांनी अनंता भानावर आला.

आई म्हणाली होती पण रात्र तशी जास्त झाली नव्हती. दहा-साडेदहाच वाजले असावेत.

झोपण्यापूर्वी पुन्हा एकदा अनंतानं खिडकीतून पाहिलं, आग पुन्हा मोठी झाली होती... ज्वाळा लवलवत होत्या. अनंता झोपला. विनयला तर बोलता बोलता केव्हाच झोप लागली होती.

एकाएकी अनंता जागा झाला.

खिडकी सताड उघडी होती. खिडकीतून वाऱ्याच्या गरम झळा आत येत होत्या. बाहेर थोडंसं उजाडू लागलं होतं.

खोलीत सगळीकडे काळ्याकुट्ट राखेचा थर पसरला होता. भिंतीवर तर राख होतीच; पण आईच्या अंगावरही होती. विनयने अंगावर ओढून घेतलेल्या चादरीवर तर अखंड थर पसरला होता. खोलीत सगळीकडे कुजट वास कोंडून राहिला होता.

अतर्क्याच्या जाणिवेनं अनंता शहारून गेला. थोड्याशा भयग्रस्त अवस्थेतच उठून खिडकीपाशी गेला...

आग दिसत नव्हती; पण आगीच्या दिशेनं कुणी माणसं चालत येत होती...

अनंता खिडकीपाशीच थांबला. जवळ येणारी माणसं परिचयाची वाटत होती. पण नीटशी ओळखायला येत नव्हती...

अनंता दार उघडून बाहेर आला. माणसं नजरेच्या टप्प्यात आली आणि अनंताला

हृदय जणू बंद पडणार असं वाटू लागलं... डोळे पुसत, हुंदके देत येणाऱ्या त्या माणसांच्या पुढे होते... विनयचे बाबा.

धडधडणारं काळीज आणि थरथरणारं अंग सावरीत काही काळ अनंता तिथंच थिजल्यासारखा उभा राहिला.

माणसं पुढं गेली... अनंता घरात आला... विनयने अंगावर ओढलेल्या चादरीवर राखेच्या कणांचा दाट थर अजूनही दिसत होता.

कंप पावणाऱ्या हातांनी अनंताने चादर बाजूला केली...

चादरीखालीही राखच होती.

अवेळ करून भेटायला आलेल्या मित्राच्या शरीराची.

११

अधाशी

आज जवळजवळ दहा वर्षांनी मनोहर त्याच्या मूळ गावी जायला निघाला होता. खरं म्हणजे अनेक वर्षांपासूनच त्याचा गावाशी असलेला संबंध कमी झाला होता. नोकरीच्या निमित्तानं गाव सोडून इकडे विदर्भात येऊन आता बराच काळ लोटला होता; पण दरवर्षी कोकणातल्या आपल्या गावी निदान चार-आठ दिवस तरी जाऊन यायचा प्रघात त्यानं ठेवला होता. गेल्या जवळजवळ दहा वर्षांत मात्र काही ना काही कारणानं त्याला ते जमलं नव्हतं. कधी रजा नव्हती, तर कधी पैसा नव्हता, कधी बायकोचा अन् मुलांचा विरोध होता, तर कधी निव्वळ कंटाळा.

हळूहळू कोकणातल्या ह्या एकाकी वाटणाऱ्या गावाची ओढही कमी होत गेली होती. आजही तो केवळ जायलाच हवं म्हणून निघाला होता. पूर्वीची ती ओढ अन् आतुरता अजिबात नव्हती.

गावाहून आजोबांचं अगदी त्रोटक पत्र आलं होतं. त्यांची तब्येत गेल्या महिनाभरात खूपच खालावली होती. त्यांना आता जगण्याची खात्री वाटत नव्हती. मोठा मुलगा अन् घराण्याचा वारसा म्हणून गावच्या वास्तूसंबंधी अनेक गोष्टी त्याला सांगाव्यात यासाठी आजोबांनी ताबडतोब चार दिवस रजा घेऊन यायला लिहिलं होतं.

काही गोष्टींचं त्याला राहून राहून आश्चर्य वाटत होतं. नेहमी रजा देताना अनेक कारणं सांगणाऱ्या साहेबानं यावेळी पटकन रजा मंजूर केली होती. बायकोनं आणि मुलांनी अजिबात नापसंती दाखवली नव्हती. गाडीचं रिझर्व्हेशनही ऐन वेळी मिळालं होतं. इतकंच नाही, तर गंमत म्हणून काढलेल्या लॉटरीच्या तिकिटाला चांगलं पाचशे रुपयांचं

बक्षीस लागलं होतं. सगळ्या गोष्टी जणू जमून आल्या होत्या.

ठरल्याप्रमाणं गाडीनं निघून तो पहाटेला पुण्याला पोहोचला, तिथून कोकणात जाणाऱ्या गाडीतही विनासायास जागा मिळाली अन् तो संध्याकाळी पाचच्या सुमारास गावाकडे जाणाऱ्या फाट्यावर उतरला.

गाडी निघून गेली आणि त्या विस्तीर्ण माळरानावर तो एकटाच उरला. गाडीतून दुसरा कोणीही प्रवासी तिथं उतरू नये याचं त्याला मुळीच आश्चर्य वाटलं नाही. इतक्या एकाकी अन् जगापासून संबंध तुटलेल्या गावात येतोय कोण रहायला? राहणारेच घर सोडून दुसरीकडे जायच्या मार्गाला लागलेले. गेल्या दहा वर्षांत आजूबाजूच्या आसमंतात काडीचाही बदल झालेला दिसत नव्हता. फाट्यापाशी गाडी थांबे तिथं असलेली शेड तेवढी अधिकच भेसूर आणि भयाण झाली होती. शेजारच्या वडाच्या पारंब्या या शेडच्या पडक्या दगडी भिंतीतून आरपार गेल्या होत्या. अर्धअधिक छप्पर उडून गेलं होतं. उरलेलं घोंघावणाऱ्या वाऱ्याबरोबर थडथडत होतं.

नेहमीसारखाच वाराही झपाटल्याप्रमाणं इतस्तत: धावत होता. पहिला पाऊस पडून गेल्यामुळे लांबवर पसरलेल्या कातळावर ठिकठिकाणी लहानलहान डबकी तयार झाली होती. त्यातून बेडूक एकसुरात ओरडत होते.

फाट्यापासून घरापर्यंतची चार मैलांची वाट काळोख पडण्यापूर्वी झपाट्यानं संपवू, याची त्याला खात्री वाटत होती; कारण त्याच्याजवळ फारसं सामानही नव्हतं. शिवाय पाऊस पडण्याचंही चिन्ह दिसत नव्हतं.

या जगात असूनही या जगात नसल्यासारख्या वाटणाऱ्या त्या एकाकी वाटेवरून तो चालू लागला. तसा तो नेहमी याच वाटेनं घरी यायचा पण या खेपेला एकटेपणाची एक विलक्षण जाणीव त्याला भेडसावत होती. डोंगरदऱ्यांनी वेढलेला तो गूढ प्रदेश एखाद्या प्रचंड पोकळीसारखा त्याला वाटत होता. आजूबाजूचा परिसर झपाट्यानं काळोखाच्या साम्राज्यात प्रवेश करत होता.

काळोख पडता पडता तो घरी पोहोचला अन् कसल्यातरी प्रचंड संकटातून सुटल्यासारखा त्यानं नि:श्वास सोडला. त्या तसल्या गूढ संधिप्रकाशात घराचा एकूण पसारा अन् पडझड त्याच्या काळजात काट्यासारखी खचकन रुतून बसली. दहा वर्षांत घराचा डोलारा पार मोडकळीला आल्याचं दिसत होतं. आजोबांनी मात्र तसं कधीच पत्रातून लिहिलं नव्हतं. याचं त्याला खूपच आश्चर्य वाटलं.

परसातल्या विहिरीजवळून जाता जाता तिथल्या गोठ्यातल्या म्हशीनं स्वत:च्या अंगावर शेपटी मारून केलेल्या आवाजानं तो विलक्षण दचकला. तो धावतच अंगणात आला. पडवीतल्या झोपाळ्यावर कुणी तरी बसून हलकेच झोके घेत होतं. समोरच्या

कपाटावरच्या कंदिलाचा अस्पष्ट प्रकाश आजूबाजूच्या वस्तू दाखविण्याऐवजी त्या अधिकच गडद करीत होता.

त्याच्या चपलांचा आवाज ऐकून झोपाळ्यावरची ती व्यक्ती एकदम बाहेर आली, अन् म्हणाली, ''कोण ते?''

''मी आलोय आजी.'' मनोहर म्हणाला. आजी ओळखू न येण्याइतकी बदलली होती. चेहरा सुरकुत्यांनी भरून गेला होता.

''आलास का बाबा?- ये.'' असं म्हणून आजी आत वळली. ''अहोऽ'' अशी आजोबांना दिलेली तिची हाक अन् नंतर आजोबांचा खोकल्याचा आवाज त्याला ऐकू आला. अंगणातल्या दोणीतलं पाणी घेऊन त्यानं हात-पाय धुतले अन् तो आत घुसला.

त्याच्या येण्यानं ती वास्तू जणू प्रफुल्लित झाली. आजोबा-आजीचे चेहरे उजळले. रात्री आजीनं चविष्ट पिठलं बनवलं.

दुसऱ्या दिवशी तो प्रसन्न मनानं जागा झाला; पण मनाचा हा ताजेपणा फार काळ टिकला नाही. बाहेर पावसानं रुद्रावतार धारण केला होता. परसातली माडाची झाडं प्रचंड वेगानं हेलकावत पिळवटत होती. घराच्या चारही बाजूला पागोळ्या सूर धरून पडत होत्या. घरातही ठिकठिकाणी पाणी गळत होतं. गळणाऱ्या पाण्याखाली घरातली भांडी ठेवून ते पाणी बाहेर ओतण्याच्या कामात आजी अडकली होती. आतल्या खोलीत आजोबांच्या खोकल्याची उबळ वाढली होती.

तो तटकन् उठला. आजूबाजूच्या त्या वातावरणानं एकदम उदास झाला. चार दिवस तर सोडाच, पण एक दिवसही आपण इथं राहू शकणार नाही, याची त्याला खात्री पटली. हा पाऊस आणि हे उदास वातावरण त्याला नवीन नसलं तरी या खेपेला त्याला ते मानवत नव्हतं. आजोबांशी बोलून झालं की, उद्याच निघायचं त्यानं ठरवलं.

आजोबांच्या वाढलेल्या खोकल्यामुळं तो दिवस तसाच निघून गेला आणि सकाळी तो जागा झाला तोच आजीच्या आक्रोशानं. आजोबांनी रात्रीच कधीतरी इहलोकाची यात्रा संपवली होती. त्याच्याशी काहीही न बोलता. त्याला पूर्वीइतकंच अंधारात ठेवून.

आजोबांचं क्रियाकर्म आणि आजीची काळजी यातच पुढचे चार दिवस निघून गेले. ते चार दिवस त्याला जणू चार वर्षांसारखे वाटले. त्याचं मन आणि शरीर पार थकून गेलं.

विदर्भात पत्र पाठवून आणखी दोन दिवसांनी येत असल्याचं त्यानं कळवलं. आता आजीलाही बरोबर नेणं भाग होतं. पर्यायानं आजपर्यंत कधीही बंद न केलेल्या वास्तूला कुलूप ठोकणं क्रमप्राप्त होतं.

घर कायमचं बंद करण्याचा विचार आजीला पटत नव्हता. त्या विचारानं तिची

शुद्ध हरपत होती. तिची समजूत घालणं हा मोठा उद्योगच होऊन बसला होता.

चार दिवस पावसाची अखंड धार पडत होती. घराबाहेर पडता येत नव्हतं. सगळा निसर्ग एका गूढ आवरणात लपेटून ठेवल्यासारखा पडून होता. दिवस आणि रात्री संपता संपत नव्हत्या.

अखेर निघायचा दिवस उजाडला अन् त्याच्या मनाला पुन्हा एकदा हुरूप आला. आजीला बळेबळेच घराबाहेर काढून त्यानं दरवाजा बंद करण्यासाठी ओढला आणि भयावह करकर आवाज करत दरवाजाची एक बाजू धाडकन निसटून खाली पडली.

क्षणभर अवाक् होऊन तो जमिनीला खिळून बसला. ''या आधी घर कधी असं बंद नाही झालं बाबा.'' आजी विचित्र पुटपुटली.

''हॅऽ!'' त्याच्या शब्दात तुच्छता, अगतिकता, भय सारं काही होतं.

अखंडपणानं पडणाऱ्या पावसात आता दरवाजाची पडलेली बाजू लावून घेणं अशक्य होतं. आजीच्या नाराजीला अन् विरोधाला न जुमानता उरलेला दरवाजा लावून तो तिच्यासह फाट्याच्या दिशेनं निघाला.

दुपारी येणारी गाडी रात्र पडली तरी आली नाही. फाट्यावरच्या त्या तसल्या पडक्या शेडमध्ये चिकाटीनं वाट पाहून अखेर रात्र ठेचकाळत अन् चिखल तुडवत दोघंही पुन्हा घरी परतली.

आल्याआल्याच आजीनं अंथरूण धरलं. त्याच्या मनात शंकेची पाल चुकचुकली. विदर्भात परतणं आता पुन्हा लांबणीवर पडणार असं वाटलं; पण आजीची तब्येत दोन दिवसांनी साधारण ठीक झाली आणि त्यानं लगेचच आवराआवर करायला सुरुवात केली; पण आजीची आता घर सोडायची तयारी नव्हती, ''तू जा बाबा आणि जमलं तर येऊन जा पंधरा दिवसांनी.'' ती म्हणाली.

''पण आजी, तू एकटी -'' तो म्हणाला.

''राहीन बाबा एकटी. आता हे घर सोडावसं नाही वाटत. मलाच आता याची काळजी घ्यायला हवीय.'' आजी उत्तरली.

तो जास्त काही बोलला नाही. आजी येत नाही हे एकदा ठरल्यावर दुसऱ्या दिवशी जायचं त्यानं निश्चित केलं. तो पहाटे उठला अन् सगळं घाईघाईनं आटपू लागला. आजीला उठवावं म्हणून तिलाही हाका मारू लागला; पण आतून आजीचा आवाज आला नाही म्हणून तो आत जाऊन पाहून आला. आजी अंथरुणावर नव्हती. तो बाहेर आला. पडवीतल्या झोपाळ्यावर कुणी तरी बसलं होतं. झोपाळा हलत नव्हता; पण झोपाळ्यावरची व्यक्ती बहुधा त्याच्याकडे बघत होती.

हातातल्या कंदिलाची वात थोडी मोठी करत तो जवळ गेला.

“कोण आजी?” तो साशंक पुटपुटला.

“आजी, इथं का बसलीयेस?” म्हणत तो पुढं आला अन् झोपाळ्याला त्याचा धक्का लागला.

पुढचं निमिषार्धात घडलं.

धपकन् आवाज होऊन आजीचं कलेवर त्याच्या पायाशी पडलं, नि त्याच्या हातातला कंदील खाली पडून फुटला. सगळं घर गप्पकन अंधारानं गिळून टाकलं.

सुन्न होऊन तो एकदम बाहेर आला अन् अंगणातच उभा राहिला. वरून पावसाची झिमझिम चालू होती. दूर कुठंतरी टिटवी ओरडत होती. ते उजाड वाटणारं घर त्याच्याकडे जणू वखवखलेल्या नजरेनं बघत होतं. त्याचे हातपाय थरथरत होते. कपाळावर भयानं घाम साचला होता.

हळूहळू दिवस उजाडला आणि त्याच्याकडून कर्तव्य करून घेऊन मावळला.

रात्र त्याच्या अंगावर जणू धावून आली. घरात झोपणं तर केवळ अशक्यच होतं. फर्लांगाच्या अंतरावर असलेल्या शेजाऱ्याच्या घरी रात्र काढण्यासाठी तो गेला. विदर्भातलं घर सोडून आता बरेच दिवस झाले होते. त्याच्या मनावर एक विलक्षण काजळी पसरली होती. विदर्भात परतायचे त्याचे प्रयत्न जणू कुणीतरी निर्दयपणं मोडून काढीत होतं. अनवधानानं जाळ्यात सापडलेल्या पक्ष्यासारखी त्याची सुटून जायची फडफड चालू होती; पण प्रत्येकवेळी तो अधिकच त्या जाळ्यात गुरफटून जात होता.

विचारांच्या आवर्तात कूस बदलून तो झोपेच्या स्वाधीन होणार, इतक्यात काहीतरी पडल्याचा प्रचंड आवाज झाला. तो एकदम उठून बसला. अस्वस्थ मन अधिकच घाबरलं.

दरवाजा उघडून चौकटीत उभा राहून तो अंदाज घेऊ लागला. तेवढ्यात ठिणगीसारखी लख्ख वीज चमकली अन् समोरच्या त्याच्या घरावर आडवं पडलेलं आंब्याचं झाड त्याला दिसलं.

धुंवाधार पावसात पडलेल्या त्या झाडाबरोबर दुसऱ्या दिवशी घर सोडायचं त्याचं स्वप्नही उन्मळून पडलं. आपण बहुधा ही वास्तू सोडून जाऊ शकत नाही, असा एक विचार त्याच्या मनात चमकून गेला अन् तो उभ्या जागीच थरथरू लागला...

पडलेलं झाड उचलून दूर करण्यात सारा दिवस संपला. घरची एक बाजू आता पूर्ण उघडी पडली होती. ते अधिकच भकास अन् भयावह दिसत होतं. तो निघून गेल्यावर तर त्या अविरत पडणाऱ्या पावसानं ते घर उद्ध्वस्त होणार होतं... सगळी वास्तू झाडाझुडपांनी अन् गवतानं भरून जाणार होती... विचारांचं जाळं त्याच्या मनावर झपाट्यानं विणलं जाऊ लागलं.

पण काही झालं तरी तिथं आता रहाणं शक्य नव्हतं. त्यापेक्षा त्याच रात्री

काळोखाची अन् पावसाची पर्वा न करता इथून पोबारा करावा या विचाराशी येऊन तो थबकला. त्याला तेच अधिक योग्य वाटलं.

मागचा-पुढचा कसलाही विचार मनात येऊ न देता त्यानं कोपऱ्यातली काठी उचलली अन् भिंतीवरच्या खुंटीला अडकवलेली पिशवी घेऊन तो लगेच घराबाहेर पडला...

अंगणातून रस्त्यावर येता येता त्यानं मागं वळून पाहिलं.

ती वास्तू जणू त्याला बोलवीत होती. त्याच्याकडे आर्जवानं, तर कधी रागानं बघत होती. तो तिला हवा होता. नाहीतर तिची काळजी कोण घेणार होतं? किती झालं तरी ते त्याचं स्वत:चं घर होतं. जन्मघर होतं. बरीच वर्षं त्या वास्तूनं त्याला मायेचं छप्पर दिलं होतं. त्याचं मन भरून आलं. डोळ्यांत पाणी साचलं...

मोठ्या निग्रहानं त्यानं नजर फिरवली आणि पाऊल पुढं टाकलं.

अचानक पायाखालचा दगड हलला अन् तो घसरून रस्त्यावर पडला. दगडावर डोकं आपटल्याचं त्याला जाणवलं. अगतिक होऊन मान वर करता करता पुन्हा त्याला पावसात भिजणारं ते घर दिसलं.

झोपाळ्यावर आजी बसली होती... झोपाळा हलत होता. त्याला वाटलं आजी त्याला आत बोलावतेय... भयानं शुद्ध हरपून तो खाली कोसळला...

रात्री कधीतरी तो शुद्धीवर आला. शरीर थंडगार पडलं होतं. हातपाय आखडले होते. तरीही तो उठण्याचा प्रयत्न करू लागला.

पण त्याच्या लक्षात आलं की तो पुरा जायबंदी झालाय. दोन्ही पाय निकामी झालेत. निकामी झालेल्या पायांची व्यर्थ धडपड अन् समोरच्या वास्तूची अधाशी नजर...

त्याचं अंग शहारलं.

श्रांत मनानं अन् हतबल शरीरानं तो तिथंच पसरला...

वास्तू पुन्हा कशी सावरावी याचा विचार करत.

१२

अस्तित्व

आकाशाला गळती लागली होती. अहोरात्र पाऊस पडत होता. दिवसाही त्याचा जोर कमी होत नव्हता. ऑगस्ट महिन्याचे अखेरचे दिवस असूनही सूर्यदर्शन दुर्लभ झाले होते. सगळीकडे चिखल आणि वाहणारे पाणी यांचे साम्राज्य पसरले होते. क्षणभर थांबलेल्या पावसाने जराशी हुशारी येते न येते तोच पुन्हा एकदा फुटलेल्या मडक्यातून भसाभसा सांडावे तसे पाणी गळायला लागत होते.

पण मला बसून राहाणे शक्य नव्हते. संशोधनाचे काम आता अगदी संपत आले होते. समुद्रकिनाऱ्यावरून आणखी एखादा फेरफटका मारून आलो की सगळे पुरावे सापडून काम संपणार होते.

मला मनोमन खात्री वाटत होती की नागझरीच्या त्या प्रदेशात समुद्रालगत मला हवा असलेला दुवा निश्चित सापडेल. समुद्रपातळीच्या बदलत्या स्थानाविषयी एक महत्त्वाचा सिद्धान्त मी माझ्या संशोधनातून मांडणार होतो. सध्याची सागरपातळी आठ-दहा हजार वर्षांपूर्वी साधारणपणे या किनाऱ्याच्या प्रदेशात चाळीस फुटांनी वर होती याविषयी माझ्या मनात काहीच संशय नव्हता. तसे भक्कम पुरावे मला सर्वत्र आढळले होते. नागझरीच्या उत्तरेस व दक्षिणेस मात्र जवळजवळ वीस मैलांच्या प्रदेशात काहीच धागा मिळत नव्हता. तेवढा मिळाला की संशोधन निर्दोष होणार होते.

त्यामुळे पावसाला कंटाळून थांबणे मला शक्य नव्हते. पाऊस थांबण्याची लक्षणे दिसत नाहीत असे पाहून मी निघायचे ठरवले; नागझरीला माझ्या मामाकडे मी थांबलो होतो. त्याला म्हटले, 'मामा, मी दुपारपर्यंत परत येतो. नाहीच आलो तर वाट पाहू नका. जेवून घ्या.'

‘कुठपर्यंत जातोयस? एकटाच? की आणखी कुणाला नेतोयस बरोबर?’ मामाने विचारले.

‘नाही. एकटाच जातोय. या असल्या पावसात आणखी कोण येणार? आणि आलाच तर बिचारा कंटाळून जाईल. शिवाय काम कसलं त्रासदायक आहे ते तुलाही माहितीये मामा.’ मी म्हटलं.

‘होय बाबा. हे कसलं संशोधन. सगळंच जगावेगळं.’ मामाला माझ्या संशोधनात रस नव्हता.

‘मामा, मी भूतनाथच्या देवळाच्या जवळपासच असेन. तिथेच काहीतरी मिळेल असं वाटतंय.’ मी घराबाहेर पडलो.

कोसळणाऱ्या पावसातून आणि जागोजागी वाहणाऱ्या ओढ्या-नाल्यातून वाट काढीत मी अर्ध्या-एक तासाने समुद्रकिनाऱ्यावर पोहोचलो.

रेनकोटमुळे मी कोरडा होतो, पण हातातल्या आयुधांना जिवापलीकडे जपावे लागत होते. कॅमेरा हा तर प्राणच होता. बघितलेल्या प्रत्येक गोष्टीचा फोटो हाच एक जिवंत पुरावा म्हणून दाखवता येणार होता.

समोर पसरलेला समुद्र प्रचंड आवाज करीत अक्राळविक्राळ लाटांनी किनाऱ्यावर येऊन आपटत होता. किनाऱ्यावरच्या गढूळ पाण्याला गिळंकृत करून आपल्याबरोबर आत नेत होता. माडांची उंच उंच झाडे वाऱ्याबरोबर हेलकावत होती. सुरूच्या झाडांतून वारा कर्कश्श शीळ घालीत धावत होता. वातावरणात जणू एक अनाकलनीय स्वर फेर धरून नाचत होता.

पुळण आणि समुद्रकडे यांच्या दरम्यान असलेल्या थोड्याशा मोकळ्या वाटेवरून मी किनाऱ्याला समांतर चालू लागलो. माझे सगळे लक्ष समुद्रकड्याच्या तासलेल्या, झिजलेल्या, खडबडीत प्रदेशावर केंद्रित झाले होते; पण मला हवे तसे कुठे काहीच आढळत नव्हते. सगळीकडे एकप्रकारचा एकसुरीपणा दिसत होता. जवळजवळ दोन-अडीच मैल मी नुसता चालतच होतो. एकटा.

भूतनाथचे किनाऱ्याजवळचे देऊळही खूपच मागे पडले होते. मी नवीन काही सापडेल याची आशा आता सोडली होती; पण माघार घ्यायला मन तयार नव्हते. मी आपल्याच नादात पुढेपुढे चालत होतो.

अन् अचानक मी थबकलो. जिच्यावर डोळा ठेवून मी इथवर चालत आलो होतो ती समुद्रकड्याची रेषा इथे तुटली होती. पंधरा-वीस फुटांवरच ती पुन्हा सुरू होत होती.

सर्व्हे ऑफ इंडियाच्या टोपोशीटवर अर्थातच ही छोटीशी फट दाखवलेली नव्हती. माझे कुतूहल जागृत झाले. मी नव्या उत्साहाने त्या फटीतून आत गेलो आणि अक्षरशः

तिथे खिळून राहिलो. मेघडंबरी असावी तशा आकाराची एक गुहा जमिनीपासून तीस-पस्तीस फुटांवर दगडांत तयार झाली होती.

दोन्ही बाजूच्या ओल्या झालेल्या खडकाच्या कपारीत हात घालून मी हळूहळू वर चढलो. गुहेच्या खोलीचा, लांबीरुंदीचा अंदाज घेतला आणि आत उडी मारली.

वरून अहर्निशपणे पडणाऱ्या पावसापासून ती गुहा अलिप्त होती. वरच्या खडकाच्या मेघडंबरीमुळे आतला भाग कोरडा होता; पण उंचावर असल्यामुळे कोणी इथे आल्याची चिन्हेही दिसत नव्हती. कदाचित या गुहेत पाऊल टाकणारा मीच पहिला असेन.

मी बरेचसे फोटोग्राफ्स घेतले. लांबी, रुंदी, उंची, खोली यांची मापे घेतली. विजेरीच्या प्रकाशाने गुहेचे छत, तळ, कडा तपासल्या; पण मला असे खात्रीने म्हणता येईना की ती समुद्रगुहाच असावी. थोडीशी वेगळ्याच धाटणीची ती गुहा मला संभ्रमात टाकीत होती. असल्या अवघड जागी आणि समुद्राच्या इतक्या जवळ असलेली ही गुहा समुद्राच्या लाटांमुळेच फार पूर्वी तयार झाली असावी याविषयी मला खात्री होती; पण तसा पुरावा कुठे आढळत नव्हता.

गुहेच्या तळावर खोदून पाहावे असे वाटले; पण खड्डा खोदणे शक्य झाले नसते; कारण सगळा दगडच दिसत होता; पण तरीही प्रयत्न करून पाहिला आणि माझा अंदाज साफ चुकला. सहज म्हणून खणले तर फूटभर खोल खड्डा पडला. मला आश्चर्य वाटले. मी नमुन्यासाठी खड्ड्यातली माती घ्यायला सुरुवात केली.

तत्क्षणीच माझ्या अंगावर कसलासा विचित्र शहारा उठला. मला तो जाणवला. माझी सगळी गात्रं सजग झाली. आजूबाजूला कसलातरी बदल होतोय हे मला कळू लागलं. धुपाच्या वासाने गुहा कोंदून जाऊ लागली. घंटांचे किणकिणल्यासारखे आवाज ऐकू येऊ लागले. एखाद्या देवळाच्या गाभाऱ्यात बरेच लोक मंत्र म्हणत असावेत तसा आवाज होऊ लागला. इतका वेळ निर्जीव असलेली ती गुहा जणू सजीव बनली. दृश्यरूप कसलेच नव्हते; पण गुहेत बरेच काही घडत असावे असे वाटत होते.

इतका वेळ त्या गुहेत मी एकाकी असूनही जरासुद्धा घाबरलो नव्हतो. आता मात्र एका अनामिक भीतीने हवालदिल झालो होतो. त्या तसल्या पावसात घामाने चिंब ओला झालो होतो.

गोळा केलेली माती पिशवीत टाकून मी कसाबसा खाली उतरलो. झपाट्याने घराकडे निघालो. येतानाचा सगळा उत्साह मावळला होता. आता फक्त मामाचे घर दिसत होते.

घरी आलो तो तापाने अंग फणफणत होते. मामाला सगळा प्रकार सांगितला.

त्याला तर काहीच कळेनासे झाले होते. दुसऱ्या दिवशी थोडासा सावरलो आणि जेवण झाल्यावर पुन्हा एकदा तो मातीचा नमुना पाहावा म्हणून पिशवी उघडून माती कागदावर पसरली.

मातीबरोबर काही लहान-मोठ्या आकाराचे दगडही आले होते. काही उभे, लांबट, वेडेवाकडे, काही चपटे, काही फुगीर. मी ते बाजूला करू लागलो अन् एकाएकी माझ्या डोळ्यांत काहीतरी खुपल्याचा भास झाला. मी डोळे चोळले; पण काही उपयोग झाला नाही. माझे सगळे शरीरही तापू लागले. मी घाबरून मामाला हाक मारली आणि मामाकडे पाहिले. मात्र, तो एकदम ओरडलाच, 'अरे डोळ्यांत सुईसारखा दगड दिसतोय.'

मी चटकन आरशासमोर जाऊन उभा राहिलो. मला जाणवले की हा दगड मी कुठेतरी पाहिलाय. असाच. हाच! दुसऱ्याच क्षणी माझ्या लक्षात आले की हाच दगड माझ्या मातीच्या नमुन्यात आहे. एव्हाना माझे अंग थरथरू लागले होते. मी ती माती पिशवीत भरून ठेवली अन् जवळच्या बाकावरच आडवा झालो. मामाने पुन्हा एकदा माझ्या डोळ्यांत पाहिले. डोळे साफ होते. त्यात आता काहीच नव्हते.

रात्रभर मी तापाच्या ग्लानीत होतो. नाही नाही ती स्वप्ने पडत होती. समुद्रावरची ती गुहा वारंवार दिसत होती अन् मी दचकून जागा होत होतो.

वास्तविक नागझरीतले काम आटपून मी दुसऱ्याच दिवशी पुण्याला परतणार होतो; पण माझा ताप दिवसेंदिवस वाढतच होता. प्रकृती क्षीण होत होती. डॉक्टरांना तापाचे कारण सापडत नव्हते. मामा-मामी हवालदिल झाली होती.

जाणाऱ्या प्रत्येक दिवसागणिक माझी शुद्ध हरपत होती. भूतनाथाचे देऊळ, त्यातली कधीही न पाहिलेली भूतनाथाची प्रखर तेजस्वी मूर्ती नजरेसमोर चमकून जात होती. धुपाचा वास आसमंतात दरवळत असल्यासारखं वाटत होते. समुद्रावरच्या त्या गुहेत मंत्र म्हटल्याचे ऐकू येत होते.

अन्नपाण्यावरची माझी इच्छा तेव्हापासूनच कमी होत गेली. दिवसभर मी नुसता अंथरुणावर पडून राहू लागलो. आता मी फारच थोड्या दिवसांचा सोबती आहे याची मामाला खात्री पटली होती. पुढेपुढे मला गुहेत कोणीतरी बोलावते आहे असा भास होऊ लागला. गुहेत जाण्याची माझी ओढ विकोपाला जाऊ लागली. मी वारंवार मामाला विनवणी करू लागलो. त्याला बिचाऱ्याला धाडस कुठून येणार? तरीही माझी इच्छा पुरवावी म्हणून एकदा काहीजणांना बरोबर घेऊन त्याने मला गुहेकडे नेले. मी गुहेपर्यंत जाईन याचा कोणालाच विश्वास वाटत नव्हता; पण घराबाहेर पडल्याबरोबर माझ्या अंगात जसे काही दहाहत्तींचे बळ संचारले.

गुहेत गेल्यावर, मी जिथून माती घेतली होती तिथे थाडथाड डोके आपटून घेऊ

लागलो. इतके की ते रक्तबंबाळ झाले तरी मला शुद्ध नव्हती असे मामाने नंतर सांगितले. माझा तो अवतार पाहून अखेर सगळ्यांनी मला घरी आणले.

तेव्हापासून मी हा असा इथे पडलो आहे. गेली दोन वर्षे मी अन्नपाणी घेतलेले नाही, तरीही जिवंत आहे.

"माझे काय होणार आहे कोण जाणे...?"

वामन पिंगळे नावाच्या नागझरीच्या व्यक्तीचे हे आत्मनिवेदन त्याच्या मामाने मुंबईच्या एका साप्ताहिकात प्रसिद्ध करून आपल्या भाच्याच्या अलौकिक आजाराचा शोध घेण्याचे अगतिक होऊन आवाहन केले होते. त्या साप्ताहिकात नेहमीच काहीतरी खळबळजनक प्रसिद्ध केले जास असे म्हणून बऱ्याचजणांनी त्याकडे फारसे लक्षही दिले नव्हते. उत्खननशास्त्राचे गाढे पंडित ठिगळे मात्र हा वृत्तांत वाचून ताडकन उठले. हे एक 'विचित्र प्रागैतिहासिक ठिकाण असावे' असे पुटपुटत त्यांनी आपल्या सहकाऱ्यांना या ठिकाणी उत्खनन होणे कसे आवश्यक आहे ते समजावून दिले आणि पुढच्या महिन्याभरातच नागझरीला वामन पिंगळे यांची भेट घेतली. गुहेच्या जवळपास थोडेसे उत्खनन केले.

त्यानंतर पुढच्या पंधरा दिवसांत मुंबईच्या त्या साप्ताहिकाने ठिगळ्यांचा तितकाच विलक्षण लेख छायाचित्रांसह प्रसिद्ध केला. त्यात म्हटले होते --

नागझरीपासून जवळच एका गुहेपाशी केलेल्या उत्खननाने पिंगळे यांच्या लोकविलक्षण आजारावर प्रकाश पडला आहे. या उत्खननात एका अतिप्राचीन मंदिराचे अवशेष आढळले आहेत. पिंगळे यांनी गोळा केलेल्या मातीच्या नमुन्यात असलेल्या अनेक चित्रविचित्र आकाराच्या दगडांपैकी एक दगड हा मंदिरातील देवतेच्या मूर्तीचा उजवा डोळा असल्याचे सिद्ध झाले आहे.

हा दगडी डोळा हेच पिंगळे यांच्या आजाराचे खरे कारण होते. इतकी वर्षे बंदिस्त झालेला, मातीचा गाडला गेलेला तो डोळा बाहेर पडताच आपल्या संपूर्ण देहाचा शोध घेतला जावा यासाठी तडफडत असावा, म्हणूनच पिंगळ्यांना वारंवार त्या गुहेकडे कोणीतरी बोलावीत असल्याचा भास होत होता.

तो डोळा देवतेचा असल्यामुळेच पिंगळे अन्नपाण्यावाचून इतके दिवस जगू शकले असावेत. तो एखाद्या पाशवी शक्तीचा असता तर पिंगळे इतके दिवस जगलेच नसते.

नेहमी पाशवी शक्तीच आपला हिसका दाखवितात असा जरी अनेकांचा ग्रह असला तरी अडकून पडलेल्या दैवी शक्तीही आपले अस्तित्व दाखवून देऊ शकतात असे या प्रकारावरून म्हणावे काय?

मूर्तीचा शोध लागल्यापासून पिंगळ्यांच्या तब्येतीत झपाट्याने सुधारणा होत आहे.

१३

आत्मचरित्र

अनेक दिवसांपासून आबांचे स्नेही, आप्त आणि परिचित सगळेजण आबांना एकच गोष्ट सांगत होते, 'आबा तुम्ही आत्मचरित्र लिहा.'

आता आबा ही व्यक्ती आत्मचरित्र लिहिण्याइतकी मोठी खासच नव्हती. समाजकार्य नाही, सिनेमा नाटकाच्या व्यवसायाशी दुरूनही संबंध नाही. राजकारण तर त्यांनी कधी केलंच नाही. यातल्या एखाद्यातरी गोष्टीमुळे माणूस नावाजला जातो अन् कधीतरी अर्धेअधिक आयुष्य शिल्लक असतानाच आत्मचरित्र लिहिण्याच्या मागे लागतो.

आबांकडे यातलं काहीही नव्हतं. होती ती फक्त प्रसिद्धी आणि तीही अलौकिक कारणांनी मिळालेली.

जवळपासच्या एकाही गावात आबांचं लहानपण पाहिलेली एकही व्यक्ती नव्हती. त्यांच्या वयाचा लोकांना अंदाजच करता येत नव्हता. पृथ्वीवर अवतीर्ण झाल्यासारखे आबा त्यांच्या मोडकळीला आलेल्या घरात जणू कधीतरी अवतीर्ण झाले होते अन् तेव्हापासून तिथंच मुक्काम करून होते. त्यांचा आगापिछा कळत नव्हता.

गावातले लोक त्यामुळे थोडे अस्वस्थ होते. जगण्यासाठी आबा कसलाच उद्योग करीत नव्हते; पण घरात एकही पैसा येत नसताना सुखासमाधानात राहात होते.

आबा हे गावच्या लोकांना न उलगडणारं एक कोडं होतं. आबांच्या या रहस्याचा शोध घेण्यासाठी लोक तऱ्हेतऱ्हेच्या क्लृप्त्या शोधून काढीत होते. कुणी कुणी तर आबांना सरळच विचारीत होते,

''आबा, तुम्हाला कुणी मुलगा वगैरे नाही का? तुम्हाला चरितार्थासाठी कोण पैसे पाठवतं?''

आबांना हे नवीन नसायचं. ते आकाशाकडे पाहात, हात जोडीत आणि म्हणत,

"त्याची लीला अगाध आहे बाबा. त्यानं द्यायचं आपण फक्त घ्यायचं..."

आत्मचरित्राची कल्पना ही सुद्धा हे गूढ उकलावं म्हणूनच योजलेली एक युक्ती आहे हे आबांना कळत नव्हतं असं नाही; पण 'कुणालाच नाही म्हणायचं नाही' या स्वभावामुळे ते म्हणत,

"हो, लिहू की, एवढी काय घाई आहे? अजून मला इथं खूप वर्षं राहायचंय्."

एखाद्या तरुणाला लाजवील असं उमदं रूप आबा राखून होते. कमालीचा तेजस्वी अन् समाधानी चेहरा, मधासारखी गोड वाणी आणि अडचणीत सापडलेल्यांना मदत करायला सदैव तत्पर.

आबांचं घर सगळ्या गावाला मुक्तद्वार होतं. अर्थात, होतं काय म्हणा त्या चंद्रमौळी घरात? पण तरीही आबांच्या घरून कुणी विन्मुख परतत नव्हता.

मीही आबांचं आणि आबांच्या घराचं हेच रूप अनेक वर्षं पाहात होतो. एकाच गावात राहात असल्यामुळे अनेकवेळा आबांशी बोललोही होतो.

पण गेली पाच-सहा वर्षं शिक्षणासाठी म्हणून मी शहरात गेलो अन् आबांना जवळजवळ विसरलोच.

शिक्षण पूर्ण करून गावी आलो अन् गावातल्या लोकांसारखं आबांच्या अस्तित्वाचं गूढ पुन्हा एकदा वारंवार जाणवू लागलं.

यावेळी आबांचं ते देखणेपण आणि तेजस्वी पाणीदार डोळे पूर्वीपेक्षा जास्त आकर्षक वाटले. यावेळी माझ्या बुद्धीच्या आणि ज्ञानाच्या निकषांवर त्यांचं ते वेगळेपण मी घासून, पारखून पाहाण्याचा प्रयत्न करू लागलो. आजूबाजूला दिसणारे लोक, शहरात पाहिलेले लोक, सुखासमाधानात, ऐश्वर्यात वाढलेले लोक सगळे सगळे मी नजरेसमोर आणून पाहिले; पण मला जाणवली ती एकच गोष्ट आबांचं तेज हे असामान्य आहे. अशक्य वाटावं इतकं दुर्मिळ आहे.

ज्या लौकिक परिस्थितीत आबा राहात होते, त्या परिस्थितीत तर शरीराचं हे वैभव अनाकलनीयच होतं!

मी नकळतपणे आबांविषयी जागरूक बनलो. वारंवार त्यांचाच विचार मनात घर करून राहू लागला. संधी मिळेल तेव्हा त्यांच्या सहवासात राहू लागलो. बारीक नजरेनं त्यांच्या सगळ्या हालचालींचं निरीक्षण करू लागलो.

एखाद्या जगावेगळ्या संशोधनाची धुंदी चढावी तशी धुंदी मला चढू लागली.

पण मला कसलंच उत्तर मिळत नव्हतं. गावातल्या लोकांइतकाच किंबहुना थोडा अधिकच मी बुचकळ्यात पडलो होतो. गावातल्यांना आता निदान आबांच्या त्या

अलौकिक अस्तित्वाची सवय तरी झाली होती. मला मात्र ज्ञानाच्या कुठल्याही पातळीवर त्यांचं अलौकिकत्व सिद्ध करता येत नव्हतं आणि म्हणूनच ते मला खुपत होतं. टोचत होतं.

माझ्या मनातलं हे वादळ आबांना कळणं अर्थातच शक्य नव्हतं. दोन समांतर रेषा एकमेकींची जराही दखल न घेता धावत असतात तशीच आमची अवस्था होती. निदान आबांनी मुद्दाम मला त्यांच्या घरी बोलावीपर्यंत तरी मला तसंच वाटत होतं.

आबांचं मला आमंत्रण हे विनाकारण नसावं हे मी पुरतं जाणून होतो. 'कदाचित आबांच्या रहस्याचा उलगडा होण्याचीही वेळ जवळ येत असावी.' असा विचार करीत मी संध्याकाळी आबांच्या घरी हजर झालो.

''ये, बस -'' आबा म्हणाले.

मी समोरच्या बाजेवर बसलो. माझी नजर नकळतपणे आबांच्या त्या जीर्ण झालेल्या, ओबडधोबड भिंतींच्या घरावरून फिरू लागली. काहीतरी वेगळं दिसेल अशी एक सुप्त इच्छा मनात होतीच. ती इच्छा मला स्वस्थ बसू देत नव्हती.

''काय पाहतोयस्?'' आबांच्या प्रश्नानं मी एकदम भानावर आलो.

''नाही. काही नाही.'' असं म्हणून मी थांबलो. आबा काहीच बोलत नव्हते.

''आबा -'' मला राहावत नव्हतं. आबांच्या निमंत्रणाचं प्रयोजन कळत नव्हतं.

''हो, सांगतो कशाला बोलावलंय ते. आधी मला हे सांग. तू कुठली डिग्री घेऊन आलायस्?''

''शास्त्रातली.''

''म्हणजे तू उपयोगाचा नाहीस.''

''आबा!''

''नाही म्हणजे मी जे काम तुला सांगणार होतो, त्यासाठी तू उपयोगाचा नाहीस असं मला म्हणायचं होतं-''

''आबा, मी तर म्हणेन की माझ्याशिवाय तुमच्या कामाला योग्य न्याय दुसरा कुणीच देऊ शकणार नाही.''

''तुला खात्री आहे?''

''निश्चितच. तुम्ही सांगा तर कसलं काम आहे ते.'' आबांनी माझ्याकडे रोखून पाहिलं अन् म्हटलं,

''तू माझं आत्मचरित्र लिहायचं.''

''मी? आणि तुमचं आत्मचरित्र?'' मी गोंधळलो.

''हो. पण मी सांगणार नाही. म्हणजे तूच लिहायचं. तुला जमेल तसं.''

आबा म्हणाले.

"पण ही तर चक्क फसवणूक आहे. खोटं आत्मचरित्र, तेही तुमचं आणि मी लिहायचं?" एकाएकी मला आबांचा राग येऊ लागला.

"खोटं नाही. खरं लिहायचं."

"तुम्ही सांगा, मी लिहितो."

"मी सांगू शकणार नाही आणि सांगितलं तर कुणी त्यावर विश्वास ठेवणार नाही." आबा म्हणाले.

"तुम्ही सांगाच आबा. न का बसेना कुणाचा विश्वास."

"तू नाही लिहू शकणार?" आबा ठासून म्हगाले.

"का?" मी विचारलं.

"तूच कशाला? कदाचित कुणालाच ते जमणार नाही."

"आबा, असं कोड्यात टाकल्यासारखं नका बोलू." मी म्हटलं.

"सांगतो सगळं... जमलं तुला तर लिही... आठवेल तसं..."

मी सावरून बसलो. ऐकण्याच्या अपेक्षेने; पग आबा उठले, म्हणाले,

"चल -"

"कुठं?" मला काहीच कळत नव्हतं.

"टेकडीवर -"

"टेकडीवर?"

"तिथं बोलू मोकळ्यावर -"

"पण आबा, आता एवढ्यात काळोख पडेल." मी म्हटलं. "होईना" असं म्हणून आबा चालू लागले.

मी मंत्रमुग्ध झाल्यासारखा त्यांच्यामागून निघालो.

मला आता नीटसं स्मरत नाही; पण बहुधा अर्ध्या-एक तासातच आम्ही वेशीवरच्या टेकडीवर पोहोचलो.

ही टेकडी मला अपरिचित नव्हती; पण बरेच वर्षांत इथं आलो नव्हतो. लहानपणी वाटणारं त्या एवढ्याशा टेकडीचं आकर्षण मोठेपणी झपाट्यानं ओसरलं होतं. टेकडीच्या माथ्यावर जिथं थोडी सपाटी होती तिथं आम्ही आलो.

आबा थांबले अन् म्हणाले,

"आज कितीतरी वर्षांनी या टेकडीवर पुन्हा येतोय."

"लहानपणी तुम्ही यायचेत इथे आबा?" मी विचारलं.

"रोज नाही. फक्त एकदाच आलो होतो. एकटाच. त्यानंतर आज येतोय." असं

म्हणून आबांनी डोळे मिटून घेतले. विचारांचं प्रचंड थैमान त्यांच्या मनात चालू असावं असं वाटत होतं.

''त्यावेळी मी इथं खूप वेळ बसून राहिलो होतो. इथून उठून घरी जावं असं वाटतच नव्हतं.''

''आबा तेव्हा तुम्ही किती वर्षांचे होतात?''

''काही आठवत नाही आता; पण गेली दोन-अडीचशे वर्षं मी या गावातच राहातोय -''

''दोन-अडीचशे?'' माझ्या आश्चर्याला पारावर राहिला नाही.

''त्या तिकडे ती घुमटी दिसत्येय, पाहिलीस?'' असं म्हणून आबांनी त्या दिशेकडे हात केला.

मी तिकडे पाहिलं. तीन-चारशे फुटांवर खरोखरच एक घुमटी होती.

मी माझ्या बुद्धीला खूप ताण देऊन पाहिलं; पण इतके वेळा लहानपणी टेकडीवर येऊनही ती घुमटी कधी पाहिल्याचं मला आठवत नव्हतं.

''त्या दिवशी ती घुमटी पाहून मी तिकडे खेचला गेलो -'' असं म्हणत आबा उठले अन् विलक्षण वेगाने धावू लागले.

मी त्यांच्या मागे धावू लागलो.

... किती वेळ मी असा धावत होतो आता आठवत नाही... पण अनंताच्या प्रवासाला निघाल्यासारखा माझा तो प्रवास होता...

आबा थांबले. मी थांबलो. समोर ती घुमटी विलक्षण प्रकाशाने झगमगत होती.

''हे प्राचीन देवस्थान आहे. सगळ्यांनाच ते दिसत नाही. मला दिसतं. माझ्यामुळे आता तुलाही ते दिसतंय -'' आबा घुमटीच्या अरुंद प्रवेशद्वारातून वाकून आत शिरले.

माझी बुद्धी आता स्वतंत्रपणे काम करीतच नव्हती. मला इतर कसल्या जाणिवाही होत नव्हत्या. मीही घुमटीत प्रवेश केला...!

थोड्यावेळाने मी बाहेर आलो. आकाशातून चांदण्यांचा मंद-गूढ प्रकाश धरतीवर सांडत होता. थंडगार वारं त्या मोकळ्या टेकडीवर सळसळत होतं. माझ्या अंगावर थंडीनं काटा फुलला. हाताची घडी घालून अंगात ऊब निर्माण करण्याचा प्रयत्न करीत मी मागे वळून पाहिलं...

माझ्या मागे आबा नव्हते. घुमटीही नव्हती. घुमटीच्या जागेवर तेजाचा एक प्रखर ठिपका जमिनीवर दिसत होता.

मी हळू हळू टेकडी उतरलो...

घरी आलो. आईनं दार उघडलं अन् ती आश्चर्यानं म्हणाली.

“आबा, इतक्या रात्री?”

“आई -” मी म्हटलं अन् माझी नजर माझ्या हातावर आणि अंगातल्या कपड्यांवर गेली.

माझे हात थोडे सुरकुतले होते. आबांसारखे.

माझ्या अंगावर पेहराव होता... पण आबांचा.

मी धावतच घरात गेलो. समोरच्या आरशानं माझं भवितव्य निश्चित केलं. आरशात दिसणारा चेहरा माझा नव्हता... आबांचा होता.

माझ्या काळजात धस्सं झालं.

मला आता सगळ्या गोष्टी उलगडत होत्या.

आबांनी त्यांच्या त्या जगावेगळ्या अस्तित्वासाठी माझी काया वापरली होती.

मी सुन्न होऊन खाली बसलो -

कधीच न लिहिता येणाऱ्या आत्मचरित्राचा विचार करीत.

१४

आश्लेष

आठ-दहा ठिकाणांबद्दल चर्चा होऊन अखेरीला सहलीचं ठिकाण ठरलं. गेल्या दोन-तीन वर्षांत सहल समुद्र किनाऱ्याच्या प्रदेशात गेली नव्हती. त्यामुळे किनाऱ्यावरंच सहलीला जायचं हे नक्की ठरलं. ठिकाण ठरलं, माडबन. दिवस ठरला, सात नोव्हेंबर.

अभ्याससहल असली तरी त्या निमित्तानं नेहमीच्या एकसुरी दिनक्रमातून थोडी मोकळीक मिळणार होती. गडबड, गर्दी, घाईच्या घुसमटलेल्या, अस्वस्थ शहरी वातावरणातून बाहेर पडून स्वच्छ, मोकळी, निरोगी हवा आकंठ सेवन करता येणार होती.

माझ्या दृष्टीनं हे सर्व तर महत्त्वाचं होतंच; पण त्याहीपेक्षा अधिक म्हणजे गेल्या दोन वर्षांत पुस्तकात वाचून जे शिकवलं, ते सारं प्रत्यक्ष पाहून अन् थोडेफार प्रयोग करून समजावून घेता येणार होतं.

समुद्र किनाऱ्यावरची पुळण, सागरी गुहा, भरती-ओहोटी सगळं सगळं पुन्हा एकदा वेगळ्या दृष्टीनं पहाता येणार होतं. अविरतपणे किनाऱ्यावर येऊन आपटणाऱ्या अन् फुटणाऱ्या लाटांचं मला तसं फार पूर्वीपासूनच आकर्षण होतं.

कदाचित ते तसं इतरांनाही होतं; पण माझ्या मनाला सागराची वाटणारी अतर्क्य अशी ओढ इतरांना वाटत नसावी अशी माझी खात्रीच होती.

कॉलेजातल्या विद्यार्थ्यांना सागरशास्त्र शिकवता शिकवता मी या विषयात पुरता अडकून पडलो. हळूहळू हा अथांग सागर माझा कायमचा साथीदार बनला.

मी सात नोव्हेंबरची अधीरपणे वाट पाहात होतो. इतरांसारखीच. आणि अखेरीला, सात नोव्हेंबरच्या रात्री

आठ-साडेआठच्या मानाने आम्ही गावात पोहोचलो. आम्ही आमची राहाण्याची व्यवस्था जिथे केली होती ते एक छोटेखानी घर होतं. कौलारू. समुद्रकिनाऱ्याजवळचं.

घर शोधायला अजिबात त्रास पडला नाही. त्या छोट्याशा गावात जी अनेक बंद असलेली घरं होती, त्यात सगळ्यात मोठं घर हे आपट्यांचंच होतं. आमच्याच कॉलेजातल्या प्राध्यापिका मीनल आपटे यांचे ते मूळ घर. खूप जुनं. आपटे बाईंचे वडील अण्णा वर्षातून एखादी खेप माडबनला करायचेच. त्यावेळी घर साफ करून घ्यायचे आणि दोन-चार दिवस राहून पुन्हा शहरात परतायचे.

माडबन गावातलं ते घर अन् आजूबाजूची जमीन एवढ्या प्रॉपर्टीला त्या गावात काहीच किंमत नव्हती. गावातली अनेक घरं गेल्या काही वर्षांत ओसाड पडली होती. नेहमीच्या कंटाळवाण्या आणि दारिद्र्याच्या जीवनाला कंटाळून लोक गाव सोडून इतरत्र गेले होते.

आपटे बाईंनी ही सर्व माहिती आम्हाला आधीच दिली होती. त्यामुळे गावचं ते उद्ध्वस्त असं रूप बघून आम्हाला काही विशेष वाटलं नाही; कारण यापेक्षा वेगळं काही दिसेल अशी अपेक्षा नव्हतीच.

दरवाजा उघडून मी माझ्याबरोबर आलेल्या दहा-बारा विद्यार्थ्यांबरोबर घरात पाऊल टाकलं अन् आतल्या खोलीतून सात-आठ वटवाघळं फडफडत एकदम अंगावरून बाहेर पडली.

मी शहारलो.

मुली घाबरून किंचाळल्या पण क्षणभरात सगळे सावरले.

अण्णांनी पुढच्या पडवीत न विसरता ठेवलेला कंदील लावला अन् मुलांना पडवीतच बसवून कंदील घेऊन मी लगेचच सगळ्या खोल्यात जाऊन आलो.

घरात सहा खोल्या. लांब-रुंद, कोपऱ्या कोपऱ्यात सामानाची बांधाबांध करून बोचकी बांधून ठेवलेली. दोन-तीन खाटा टाकलेल्या.

माजघरातल्या कोनाड्यात गणपतीची एक विटून काळीकुट्ट झालेली तांब्याची मूर्ती. त्याच्या शेजारीच पडलेली, कोमेजलेली लाल जास्वंदीची फुलं - अण्णांनी चार दिवसांपूर्वी इथं असताना केलेल्या पुजेची साक्षीदार.

स्वयंपाकघरातल्या कोपऱ्यातल्या चुलीवरचं रिकामं पातेलं. कोपऱ्यातल्या मोडक्या फळ्यांच्या स्टँडवरचे दोन डालडाचे डबे. त्याच्या शेजारी एक काठ फुटलेली घागर अन् घागर बांधायला दोरीचं वेटोळं. मागच्या पडवीत छतापाशी असलेल्या बारला लोंबकळणारा पत्र्याचा डबा.

एखाद्या भडभुंज्यानं एखाद दुसऱ्या दिवसाच्या वास्तव्याकरता जमवून ठेवलेल्या

वस्तू अन् बंद ठेवण्यासाठीच बांधलेलं ते घर बघून माझ्या मनात निष्कारण कालवाकालव झाली.

मागच्या पडवीचं दार बंद होतं. ते उघडलं की निश्चितच मागच्या परसात विहीर असेल. कदाचित अळूची नाहीतर केळीची झाडं असतील. कदाचित नसतीलही. बहुधा नसतीलच.

सकाळी दरवाजा उघडला असता तरी चाललं असतं; पण अनाहूतपणे मी दारापर्यंत चालत गेलो. दाराचा कोयंडा काढला अन् बाहेरच्या भणभणत्या वाऱ्यानं मी उघडू पाहात होतो ते दार जोरानं माझ्याच अंगावर ढकललं. त्या वाऱ्यानं माझ्या हातातल्या कंदिलाची वात विझली अन् ती पडवी अन् ते घर गपकन् अंधारानं गिळून टाकलं.

क्षरणभर मी तसाच थबकून, हबकून, किंचित घाबरून उभा राहिलो. त्या तेवढ्या वेळात माझ्या नजरेला अंधाराची ओळख झाली अन् बाहेरच्या झिमझिमत्या प्रकाशात मला घर अन् बाहेरचा परिसर यातली सीमारेषा जाणवली.

मी स्थिरावलो अन् डोळ्यांबरोबरच कानही बाहेरचा परिसर चाचपू लागले अन् मला एकाएकी जाणवलं ते नेहमीचंच गूढरम्य अस्तित्व. समुद्र! मागील बाजूच्या परसातल्या उंच उंच माडांच्या रांगातून वाट काढीत येणारा समुद्राचा धीरगंभीर आवाज लयबद्ध - थोडासा आर्त - पछाडून टाकणारा...

दरवाजाच्या चौकटीत उभा राहून मी किती वेळ त्या आवाजाचा वेध घेत होतो नकळे!

''सर, कुठे आहात तुम्ही?'' विद्यार्थ्यांनी पुढच्या अंगणातून जोरजोरात हाका मारायला सुरुवात केली अन् मी भानावर आलो. मी त्या अंधाऱ्या खोल्यातून चाचपडतच पुन्हा पडवीत आलो. एका विद्यार्थ्यानं काडेपेटी काढून काडी पेटवली. कंदील लावला अन् पुन्हा एकदा ते घर मिणमिणत्या उजेडानं भरून गेलं.

दुसऱ्या दिवशी किनाऱ्याच्या प्रदेशात आम्ही आमचं संशोधनाचं थोडंफार काम केलं. संध्याकाळी थकून-भागून पुनश्च सगळेजण अण्णांच्या त्या घराकडे परतले. जेवण गावातल्याच एका घरी केलं अन् सगळेजण गाणी-गप्पा या आवडत्या विषयात दंग झाले.

घराची सगळी दारं, खिडक्या बंद आहेत याची मी खात्री करून घेतली. पुढच्या पडवीचा दरवाजा लावला. मागच्या पडवीचा दरवाजा थोडासा किलकिला होता.

मी दरवाजा लावण्यासाठी पुढं आलो अन् दरवाजा बाहेरच्या वाऱ्यानं एकदम उघडला आणि इतका वेळ आम्हाला ऐकू न आलेल्या समुद्राच्या लाटांचा घनगंभीर आवाज त्या उघड्या दरवाजातून आत घुसला.

माझ्या अंगावर सरसरून काटा फुलला. इतका वेळ वाऱ्याचं अजिबात चिन्हं नव्हतं. अचानक सुरू झालेला वारा, माडाच्या अन् सुरूच्या झाडाझाडातून वाट काढीत घराच्या मागील परसातून आसमंतात घुसणारा समुद्राचा आवाज अन् वरून गूढपणे बरसणारा चंद्रप्रकाश.

मी दार लावायचं विसरून गेलो अन् उघडलेल्या दारातून मागच्या अंगणात आलो... भारल्यासारखा.

अंगणात आल्यावर मला जाणवलं की कुठूनतरी अस्पष्टशी कुजबुज ऐकू येतेय. ती कुजबुज संदिग्ध होती. कुठून येतेय ते कळत नव्हतं. अण्णांच्या घराच्या आजूबाजूला फारशी घरं नव्हती. त्यामुळे ही कुजबुज नेमकी कुठून ऐकू येत होती ते लक्षात येत नव्हतं.

खरं म्हणजे ती कुजबुज कुणाची होती हे मला कळलं नसतं तर काही बिघडणार नव्हतं; पण आवाजाची असंदिग्धता... अनिश्चित दिशा... आणि रात्रीची बहुधा खूप उशिराची वेळ... त्यामुळे मन संभ्रमित झालं होतं.

मी नकळत अंगणातून मागच्या परसातील विहिरीच्या दिशेनं निघालो. आता कुजबूज थोडी अधिक स्पष्ट झाली होती; पण विहिरीजवळ किंवा जवळपास कुणीही नव्हतं.

मी तिथं क्षणभर घुटमळलो. थोड्या वेळानं आणखी पुढे गेलो. अजूनही आवाज येतच होता. शब्द स्पष्ट नव्हते; पण कुजबुज करणाऱ्यांची संख्या वाढल्याचं जाणवत होतं. मी आणखी पुढे गेलो नकळत...

शब्दवेध घेत घेत मी अखेरीला समुद्राजवळच्या पुळणीवर येऊन पोहोचलो.

समोरचा सागर चंद्रप्रकाशात लख्ख न्हाहून निघाला होता. फुटणाऱ्या लाटा अन् फेसाळणारं पाणी किनाऱ्यावर येऊन आपटत होतं.

लांबच लांब पसरलेल्या त्या पुळणीवर फक्त त्या लाटांच्या फुटण्याच्या आवाजाव्यतिरिक्त कसलाही आवाज नव्हता. मघापर्यंत ऐकू येणारी कुजबुजही बहुधा थांबली होती. मी एखाद्या वावटळीत सापडल्यासारखा तिथपर्यंत येऊन पोहोचलो होतो. क्षणार्धात मी भानावर आलो आणि वळून घराच्या दिशेनं निघालो...

इतक्यात पुन्हा एकदा मी ती कुजबुज ऐकली. अनेक लोक एकत्र येऊन बोलत असल्यासारखी. माझं शरीर शहारलं. मी थबकलो. तसाच उभा राहून शब्दवेध घेऊ लागलो. आवाज थांबला होता; पण तो थांबला आहे असं वाटेपर्यंत पुन्हा कुजबुज सुरू होत होती.

एकाएकी मला जाणवलं की या कुजबुज ऐकू येण्यामागे एक लयबद्धपणा आहे. ही कुजबुज कशाशी तरी निगडित आहे.

पानांची सळसळ! नाही. कारण जवळपास झाडं नाहीत.

वारा? तोही जाणवत नाही.

मग... दुसरं काय?

लाटा?

मी लाटांचा वेध घेऊ लागला.

माझा अंदाज बरोबर असावा.

लाट फुटल्यावर कुजबुज वाढत होती.

लाट फुटून पाणी मागे जाऊ लागलं की कुजबुज थांबत होती.

लाट आणि कुजबुज?

माझ्या तर्कसंगतीत हे काहीच बसत नव्हतं.

माणसाचं मन कसल्या गोष्टीचा कशाशी संबंध लावील काही नेम नसतो.

एक मूर्खपणाची कल्पना म्हणून मी तो विचार झटकून टाकला.

पण तरीही पुन्हा एकदा या नव्या जाणिवेनं मी सगळ्या आसमंताचा वेध घेतला.

नक्कीच. ती कुजबुज लाटांचीच होती.

लाटांची कुजबुज. किती विचित्र.

कोणी विश्वास ठेवील का या असल्या गोष्टीवर?

पण कुजबुज तर स्पष्टपणे जाणवत होती. अगदी माणसांच्या घोळक्यातून ऐकू यावी तशी...

दबलेल्या आवाजात बोलणारी माणसं - भांडणारी? चर्चा करणारी?

एकमेकांवर आरोप, प्रत्यारोप करणारी?

एखाद्या समस्येची उकल करणारी?

की... की... किनाऱ्यावर एकमेकांशी गप्पा मारणारी? अदृश्य?

मी दचकून आजूबाजूला पाहिलं.

पुळणीवर कुणीही नव्हतं. चंद्र हळूहळू डोक्यावर येत होता. लाटांचा वेग वाढत होता. लाटा उंच हेलकावत किनाऱ्यावर येऊन फुटत होत्या. सगळा आसमंत त्या घनगंभीर आवाजात घुसळून निघत होता. माझ्या मनात विचारांचं काहूर माजलं होतं. मनाच्या त्या तसल्या संभ्रमित अवस्थेतच मी मग कधीतरी घरी आलो.

दुसऱ्या दिवशी पुळणीवर गेलो तेव्हा रात्रीच्या त्या विचित्र आवाजाचा मागमूसही नव्हता. रखरखीत ऊन, चकाकणारं पाणी अन् पायाखाली सरकणारी वाळू यापेक्षा तिथं वेगळं काहीच नव्हतं.

त्या रात्री सगळ्या विद्यार्थ्यांना घेऊन मी पुन्हा पुळणीवर गेलो. समुद्राचं पाणी खूप

मागे गेलं होतं. भरतीला अजून सुरुवात झाली नव्हती. चंद्र आत्ताच आकाशात दिसू लागला होता. संपूर्ण पुळणीवर मंद हलका हलका असा धूसर चंद्रप्रकाश पसरला होता. त्या मोहमयी वातावरणात विद्यार्थी इकडेतिकडे भटकू लागले. पळू लागले. मी थोडा दूर जाऊन पुळणीवर पसरलो.

लाटा फुटत होत्या; पण कालच्यासारखी अलौकिक कुजबुज ऐकू येत नव्हती. चंद्र हळूहळू वर येत होता. भरतीला सुरुवात होत होती. चंद्र सगळ्या पुळणीवर प्रकाश बरसत होता. लाटा वाढत होत्या. वाऱ्याचा वेगही वाढला होता.

आणि अचानक... अचानक लाटांच्या फुटण्यातून तो कालचा कुजबुज झाल्यासारखा आवाज ऐकू येऊ लागला.

माझी खात्री झाली. मी सगळ्या विद्यार्थ्यांना जवळ बोलावून माझी शंका बोलून दाखवली. सगळ्यांनी त्या लाटांचा वेध घेऊन त्यातून मला जाणवणारा कुजबुजल्यासारखा आवाज येतोय का पाहिलं.

पण कुणालाच तसं काही जगावेगळं जाणवलं नाही.

आम्ही पुळणीवरून परत निघालो. रात्रही वाढत होती.

आम्ही काही अंतर चाललो अन् राधिका, एक विद्यार्थीनी, अचानक थांबली. मागे वळून पाहू लागली.

"येस, राधिका -" मी विचारलं.

"काही नाही सर. मला वाटलं आणखी कुणी माणसंही इथं आली आहेत. त्यांच्या बोलण्याचा आवाज आल्यासारखं वाटलं म्हणून पाहिलं." राधिका म्हणाली.

"एक्झॅक्टली राधिका - मला तर मघापासून तसा आवाज ऐकू येतोय अन् इथं तर आपल्याशिवाय इतर कुणीच नाहीये." माझ्या या बोलण्याने सगळे जण आश्चर्यचकित होऊन आम्हा दोघांकडे पाहू लागले. राधिका तर एकाएकी 'ट्रान्स'मध्ये गेल्यासारखी त्याच जागी खिळून आवाजाचा वेध घेऊ लागली.

"येस सर, मला स्पष्टपणे ऐकू येतंय. बहुधा पाच-सहा माणसं बोलताहेत." राधिका पुटपुटली.

"राधिका." मी शहारलो. आवाजातला इतका स्पष्ट फरक मला जाणवला नव्हता. किती माणसं तिथं आहेत हे मी राधिकेइतकं खात्रीनं सांगू शकलो नसतो.

तिथं जास्त वेळ थांबण्यानं आणखी काही कळणार नव्हतं. आम्ही मुक्कामाच्या ठिकाणी परतलो.

दुसऱ्या दिवशी आम्ही पुण्याला परत आलो. पुण्याला परतल्यावर सगळीजणं झाला प्रकार विसरून गेली; पण मी मात्र त्या जगावेगळ्या अनुभवातून बाहेर पडू शकलो नव्हतो.

रात्री डोळे मिटल्यावर पुन्हा पुन्हा तो किनाऱ्यावर येऊन फुटणारा समुद्र अन् फुटलेल्या लाटांचा तो धीरगंभीर आवाज माझी पाठ सोडीत नव्हता. मी दिवसेंदिवस अधिकाधिका अस्वस्थ होत होतो.

मला उत्तर हवं होतं. त्या जगावेगळ्या आवाजाचं स्पष्टीकरण हवं होतं. माझ्याबरोबर राधिकेलाही तो जाणवला होता. त्यामुळे तो आवाज हा माझ्या कल्पनेचा खेळ निश्चितच नव्हता.

''राधिका, तुला त्या दिवशीचा, माडबनच्या किनाऱ्यावरचा तो विलक्षण प्रसंग आठवतोय?'' राधिका भेटली तेव्हा तिला मी मुद्दाम म्हटलं.

''हो सर! पण तुम्ही मात्र त्यात अजूनही अडकून पडलेले दिसता आहात.''

''हं! तेच तर आहे ना. आजही डोळे मिटल्यावर मला तेच दृश्य दिसतंय, तोच आवाज ऐकू येतोय. मी त्यात अगदी गुरफटलोय राधिका -'' माझ्या शब्दातून जाणवणारी असहाय्यता राधिकेला कळली असावी.

''काहीच सुचत नाहीये. विसरायचं म्हटलं तरी विसरता येत नाहीये.'' मी म्हटलं.

''सर मला वाटतं तुम्ही पुन्हा एकदा तिथं जाऊन यावं. या प्रकाराची खात्री करावी. कदाचित तुम्ही म्हणता तसं काही झपाटून टाकणारं त्यात काही नसेलही.''

''पण राधिका, तुलाही तो आवाज ऐकू आलाय, तुला नाही त्यात काही विचित्र वाटत?''

''काही सांगता येत नाही. पुन्हा काही दिवसांनी असाच अनुभव आला तर काहीतरी म्हणता येईल आणि शिवाय हा अनुभव केवळ आपल्या दोघांनाच आलाय. पुन्हा जाऊन खात्री केल्याशिवाय एवढ्यातच काही ठरवता नाही येणार.''

''तू येशील पुन्हा तिथं?''

''नक्कीच येईन.'' राधिकेनं होकार भरला.

मीही म्हटलं की पुन्हा एकदा खात्री करणेच इष्ट. त्याच आठवड्यात आम्ही पुन्हा एकदा माडबनला जाणाऱ्या गाडीत बसलो. रात्री माडबनला पोहोचलो. जेवण झाल्यावर पुळणीच्या दिशेनं निघालो. पौर्णिमेची रात्र होती.

सगळा आसमंत चांदण्यात न्हाऊन निघाला होता. गावात कसलाच गोंधळ, गोंगाट नव्हता. गावाचं अस्तित्वही जाणवत नव्हतं. सगळीकडे नीरव शांतता पसरली होती.

फक्त एकच आवाज त्या आसमंतात कोंडून राहिला होता.

लाटांच्या फुटण्याचा.

आम्ही पुळणीवर आलो.

अन् माझ्या साऱ्या शरीरातून एक गूढ संवेदना शिरशिरत आरपार निघून गेली.

किनाऱ्यावर सगळीकडे गोंगाट ऐकू येत होता.

पण पुळणीवर आम्हा दोघांशिवाय कोणाचंच अस्तित्व आढळत नव्हतं.

राधिका माझ्या चेहऱ्याकडे पहात होती.

''राधिका -'' मी थरथरत्या शब्दांनी राधिकेला हाक मारली.

''तुमचं बरोबर आहे सर - मागच्यासारखाच आजही इथं तो विलक्षण आवाज ऐकू येतोय; पण नुसती कुजबुज नाहीये तर गोंगाट आहे.'' राधिका म्हणाली.

आम्ही दोघंही सुन्न होऊन त्या जाणिवेचा अर्थ लावू लागलो. कसल्यातरी अनामिक अस्तित्वाची चाहूल लागली होती आम्हाला. ते दिसत नव्हतं पण ते जवळपास होतं यात शंका नव्हती.

''राधिका, मागच्यासारखं नेमकेपणानं काही सांगता येतंय का?''

''म्हणजे?''

''म्हणजे नेमका किती जणांचा आवाज असेल?''

''नेमकं नाही; पण जवळपास पन्नास एक माणसं इथं असावीत.'' राधिका म्हणाली,

''माणसं? आर यू शुअर?'' मी भयग्रस्त स्वरात राधिकेला विचारलं.

''माणसं म्हणजे आवाज माणसांसारखा येतोय म्हणून.'' राधिका म्हणाली.

राधिकेने अगदी सहजपणे वापरलेल्या त्या शब्दाने मी मात्र गडबडून गेलो.

माणसं?

न दिसणारी?

नुसती जाणवणारी?

एकमेकांशी बोलणारी?

मनाच्या त्या तशा संभ्रमित अवस्थेत मी राधिकेचा हात एकदम पकडला अन् म्हटलं,

''चला थोडं पुढं जाऊ या. -'' राधिकेला माझ्याइतकी अस्वस्थता जाणवत नसावी हे उघड होतं. ती म्हणाली,

''सर, तुम्ही फार डिस्टर्ब झाला आहात.''

''हं, कदाचित -'' मी म्हटलं.

''मला वाटतं या घटनेची उकल करण्यासाठी असं अस्वस्थ होऊन भागणार नाही.''

राधिकेच्या त्या मोजक्याच पण निग्रही बोलण्यानं माझ्या मनाची दोलायमान अन् भयग्रस्त अवस्था एकदम संपली अन् मी राधिकेचा हात धरल्याचं माझ्या एकदम लक्षात आलं. मी तिचा हात पटकन सोडला आणि म्हटलं,

''सॉरी राधिका - एक्सट्रीमली सॉरी!''

''नेव्हर माइंड सर. मी त्यासाठी नाही म्हटलं.'' राधिकेच्या बोलण्यानं माझं मन एकदम हलकं झालं. भीतीची जळमटं तटातट तुटून पडली. राधिका माझी विद्यार्थिनी होती आणि तिच्यात असलेलं धाडस माझ्यात नाही याची लाज वाटल्यामुळे मी थोडा खजिलही झालो.

मी तिथंच खाली बसलो. राधिकाही बसली.

त्यानंतर बराच वेळ आम्ही त्या अनाकलनीय गोंगाटाचा वेध घेत राहिलो.

दुसऱ्या दिवशी आम्ही पुण्याला परतलो. परतीच्या प्रवासात एक महत्त्वाकांक्षी योजना आमच्या बोलण्यातून साकार झाली होती. हे गूढ उकलायचं.

दोघांनीच - कारण इतरांना बहुधा ते जाणवलं नव्हतं. जाणवण्याची शक्यताही नव्हती.

गूढ उकलायची योजना तर आखली, पण म्हणजे काय करायचं ते समजत नव्हतं; कारण लाटांच्या फुटण्यातून ऐकू येणारी कुजबुज किंवा गोंगाट यापलीकडे आमच्याकडे दुसरी काहीच शिदोरी नव्हती.

विचार करून करून डोकं भणभणू लागलं होतं. राधिका कदाचित इतका मनापासून विचार करीत नसावी असं मला सारखं वाटत होतं. नाहीतर तीही माझ्यासारखी अस्वस्थ वाटली असती. आम्ही रोज भेटत होतो; पण ती विशेष काहीच बोलत नव्हती. कुठंच काही हाती लागत नाहीये याचीही खंत तिच्या बोलण्यात दिसत नव्हती.

शेवटी मीच तिला एकदा म्हटलं.

''राधिका, मला वाटतं या मृगजळामागे धावण्यात काही अर्थ नाही. कुठेच काही उलगडा होत नाहीये अन् तुही या जगावेगळ्या प्रकाराचा उलगडा करून घ्यायला फारशी उत्सुक दिसत नाहीयेस.''

राधिकेला माझ्या या बोलण्याची अपेक्षा असावी, पण तरीही ती माझ्या बोलण्याची फारशी दखल न घेता म्हणाली,

''आपण काही दिवस पुन्हा माडबनला जाऊन राहू. आपण तिथं काही निरीक्षण करू, काही प्रयोग करू-''

''प्रयोग? कसले प्रयोग?'' मी न उमजून म्हटलं.

''माझ्या मनात एक अंधुकशी कल्पना आहे -'' ती म्हणाली.

''काय?'' मी न राहवून विचारलं.

''तुम्हाला आठवतंय सर, तुम्ही वर्गात शिकवताना एकदा सांगितलं होतं की सागरशास्त्रात भरती-ओहोटीला म्हणजे पर्यायाने चंद्राला फार महत्त्व आहे.''

‘‘हो आठवतंय -’’

‘‘मला वाटतं या सगळ्या प्रकाराचा संबंध भरतीशी आहे.’’

‘‘म्हणजे चंद्राशी आहे.’’ मी म्हटलं.

‘‘पण म्हणजे नेमकं काय ते मला सांगता नाही येणार सर. एक कल्पना एवढंच.’’

‘‘पण तरीही कल्पना वाईट नाही -’’ मी प्रभावित होऊन म्हटलं. अगदीच अंधारात चाचपडत रहाण्यापेक्षा कुठेतरी सुरुवात करायला ही कल्पना वाईट नव्हती.

राधिकेच्या कल्पनेवर थोडी-फार चर्चा केली आणि कॉलेजला दिवाळीची सुट्टी लागताच माडबनला जाऊन राहायचं ठरवलं. राधिकेनं सुचविलेल्या भरती-ओहोटीच्या आणि चंद्राच्या संबंधात अनेक कल्पना मनात मूळ धरू लागल्या; पण मी जसजसा अधिकाधिक विचार करू लागलो, तसतसं या कल्पनेत काही तथ्य आहे असं वाटणं नाहीसं झालं.

इतर काहीच करू शकत नव्हतो अन् गूढ उकलल्याशिवाय गप्प बसवत नव्हतं; एवढं नक्की.

सुट्टी सुरू झाल्यावर ठरल्याप्रमाणे आम्ही माडबनला हजर झालो. अण्णांच्या घरीच मुक्काम करायचा हे आधीच ठरलेलं होतं. शिवाय अण्णाही काही दिवस आमच्याबरोबर माडबनला राहाणार होते त्यामुळे प्रश्न नव्हता. अण्णांना आमच्या या सर्व अनुभवाचं नवल वाटत होतं. खरं म्हणजे त्यांचा यावर अजिबात विश्वासच बसत नव्हता.

माडबनच्या पुळणीवर त्याच दिवशी रात्री आम्ही पुन्हा एकदा पाय ठेवले. अण्णाही आमच्याबरोबर होते; पण आम्हाला जे जाणवत होतं ते त्यांना अजिबात जाणवत नव्हतं. आम्ही मात्र आमच्या सर्व जाणिवा त्याच नादावर केंद्रित करून पुन्हा खात्री करून घेत होतो की आम्हाला जे जाणवतंय ते सत्य आहे, भास नाहीये. फरक इतकाच की आम्हा दोघांशिवाय इतर कुणालाच त्याची पुसटशीही जाणीव होत नव्हती आणि असं का, त्याचं उत्तरही आम्हाला मिळत नव्हतं. लांबलचक पसरलेल्या त्या निर्जन वाळूच्या पसाऱ्यात बसून अण्णा कंटाळले होते. आम्हालाही आमच्या नेहमीच्या अनुभवाशिवाय इतर काही नवीन जाणवत नव्हतं.

तासाभरानं आम्ही घरी परतलो. दुसऱ्या दिवशी दिवसभर मी आणि राधिका पुळणीच्या वेगवेगळ्या भागावर थांबून त्या आवाजाचा मागोवा घेत होतो; पण दिवसभर आम्हाला तो आवाज अजिबात ऐकू आला नव्हता. त्या दिवशी रात्री पुन्हा एकदा आम्ही पुळवणीवर गेलो. वाळूच्या कुठल्याही भागावर उभं राहिलं तर तो कुजबुजल्यासारखा आवाज सदैव ऐकू येत होता.

पुढचे आठ दिवस आणि रात्री आम्ही वेडेपिसे होऊन फक्त आवाजाचाच शोध घेत होतो. त्या आठ दिवसांत काही गोष्टी निश्चितपणे आमच्या लक्षात आल्या होत्या.

''सर, मला वाटतं या कुजबुज होण्याच्या प्रकारात एक विशिष्ट पद्धत, नाद आहे-'' राधिका म्हणाली.

''मलाही तसंच वाटतंय.''

''दिवसा या आवाजाचा मागमूसही नसतो. फक्त रात्रीच हे आवाज ऐकू येतात -''

''खरंय -'' मी म्हटलं.

''आणखी एक -''

''काय?''

''आपण आलो त्या दिवसानंतर म्हणजे त्या रात्रीनंतर कुजबुज हळूहळू वाढत्येय. आता तिचं रूपांतर गोंगाटात होतंय -'' राधिका.

''खरी अडचण हीच आहे की मला तुझ्याइतका हा फरक जाणवत नाहीये -''

''हो सर, नाहीतर तुम्ही हा फरक लगेच ओळखू शकला असतात.''

''आश्चर्य आहे. इतरांना हे काहीच जाणवत नाहीये अन् आपल्यापैकी तुलाच ते अधिक प्रकर्षानं जाणवतंय -'' मी म्हटलं.

''सर, आज चतुर्दशी आहे ना?''

''हं.''

''म्हणजे उद्या पौर्णिमा - उद्या भरतीचा जोर सगळ्यात अधिक असेल आणि माझ्या अंदाजाप्रमाणे आपल्याला ऐकू येणाऱ्या गोंगाटाचं उद्याचं रूप कोलाहल असेल -'' राधिका म्हणाली.

''मला या आवाजाची वेगवेगळी रूपं कळत नसल्यामुळे मला नाही सांगता येणार; पण उद्या आपल्याला बहुधा काहीतरी वेगळं जाणवणार आहे.'' मी म्हटलं.

''आपण इथं आलो त्या दिवशी सप्तमी होती. दुसऱ्या दिवशी म्हणजे अष्टमीला लाटांचा जोरही अधिक होता. त्यानंतर हळूहळू लाटांचा जोर वाढतोच आहे आणि ध्वनीची तीव्रताही वाढते आहे.''

वाढणारी भरती, वाढणारा लाटांचा जोर आणि पौर्णिमेच्या दिशेने वाढत जाणारे चंद्रबिंब यांचा संबंध लावीत राधिका म्हणाली,

दुसऱ्या दिवशी पौर्णिमा होती.

आठ वाजण्याचा सुमार होता. आकाशात पूर्वेला चंद्राचं पूर्णबिंब उगवत होतं. साऱ्या आसमंतात गूढ असा चंद्रप्रकाश बरसू लागला होता. माडबनच्या दिशेनं दिसणाऱ्या

माडांच्या झाडाझाडातून प्रकाशकिरण खाली निथळत होते. समोरचा समुद्र घनगंभीर आवाज करीत स्वत:च्या सर्व शक्तिनिशी किनाऱ्यावर येऊन फुटत होता.

माझ्या मनावर पुन्हा एकदा एका विचित्र भयाचा पडदा ताणला जात होता. मी, माझं मलाच सारखं समजावीत होतो की हीसुद्धा नेहमीसारखीच एक पौर्णिमेची रात्र आहे. नेहमीसारखाच समुद्र आहे. नेहमीसारखाच चंद्रप्रकाश आहे. नेहमीसारखीच भरती येतेय. वर्षानुवर्षे इथे हे होत आलंय, यापुढेही हजारो वर्षं हेच होत रहाणार आहे.

मी आणि राधिका हळूहळू बदलत जाणाऱ्या वातावरणाचा शोध घेत होतो. वातावरण निश्चितच बदलत होतं. किनाऱ्यावरची कुजबुज वाढत असल्याचं राधिका प्रत्येकवेळी मला सांगत होती.

आता चंद्र खूपच वर आला होता. मी त्या पिवळ्याधमक गोळ्याकडे एकटक पहात होतो. ज्वालामुखीच्या विवरांनी बनलेल्या त्या उपग्रहाची बरीचशी माहिती आता उपलब्ध होती. प्राचीन काळच्या लोकांना वाटत होतं की त्यावर मनुष्यवस्ती असेल; पण तसं काही नसल्याचं आता सिद्ध झालं होतं. माणसानं फार पूर्वीच चंद्र पादाक्रांत केला होता. त्यांच्याविषयीची उत्कंठा अन् आकर्षण आता संपलं होतं. शास्त्रीय वर्तुळातलं त्याचं महत्त्व आता झपाट्यानं कमी झालेलं होतं. त्यावर जाऊन वस्ती करण्याच्या योजना आता आखल्या जात होत्या. पृथ्वीवरच्या वाढणाऱ्या वस्तीला रहायला जागा मिळावी म्हणूनच आता चंद्राचा उपयोग होणार होता.

माझ्या मनात विचारांच्या लाटा उसळत होत्या. चंद्राचं विज्ञानाला वाटणारं आकर्षण जरूर कमी झालं होतं; पण सामान्य माणसाला वाटणारं त्याचं आकर्षण अजूनही अबाधितच होतं. भरती-ओहोटीसारख्या घटनांनी त्यानं त्याचं अस्तित्व सतत जाणवून देण्याची खबरदारी घेतली होती.

मी असा विचार करीत किती वेळ त्या चंद्रबिंबाकडे पाहात उभा होतो, कोण जाणे. माझं लक्ष राधिकेकडे गेलं अन् माझ्या काळजात धस्स झालं.

"राधिका -" मी पटकन तिचा हात धरला. ती खाली कोसळेल असं मला वाटत होतं; पण ती वाळूत रुतून बसल्यासारखी घट्ट उभी होती. तिची विस्फारलेली नजर पुळणीच्या टोकाकडे रोखलेली होती. त्या नजरेत विलक्षण आश्चर्य अन् भय होतं. तिच्या त्या तसल्या अवस्थेकडे मला पाहावत नव्हतं.

"राधा, राधिका -" असं म्हणत मी तिला गदागदा हालवू लागलो. ती एखाद्या दगडी पुतळ्यासारखी निश्चल उभी होती. मी तिला पुन्हा हाक मारली.

एखाद्या यंत्रमानवाचा हात हळूहळू वर जावा तसा तिचा उजवा हात हळूहळू वर उचलला जाऊ लागला. पुळणीच्या पलीकडे असलेल्या एका झोपडीवजा रचनेकडे निर्देश

करीत ती पुटपुटली,

"तिथं खूप गर्दी जमलीय सर -"

"तिथं? गर्दी?"

"हं, पांढऱ्या स्वच्छ कपड्यातले मानवसदृश प्राणी खूप गर्दी करून जमले आहेत."

मला तर तिथे कुणीच दिसत नव्हतं.

"राधिका -" मी जवळजवळ ओरडलोच; पण माझ्या ओरडण्याचा तिच्यावर काहीही परिणाम झाला नाही.

"सर, त्यातले काहीजण आता तिथून निघालेत. ते पळत इकडे येताहेत. ते निघालेत - एकामागून एक. ते निघालेत, ते आलेत, सर ते आलेत." असं म्हणत राधिकेची नजर एकदम समोर पडली. राधिका जिथं पहात होती तिथं उडी मारल्यावर वाळूत पडावा तसा खड्डा पडला होता अन् भराभर पावलं उमटत लाटांच्या दिशेनं जात होती. बाकी काही दिसत नव्हतं.

हळूहळू त्या पाऊलखुणांची संख्या वाढत होती. एकावर एक पावलं पडल्यामुळं पूर्वीच्या खुणा पुसत होत्या, नवीन उमटत होत्या. आता त्या खड्ड्यापासून लाटांपर्यंत एकमेकांत मिसळून गेलेल्या पाऊलखुणांची एक लांबलचक वाटच तयार झाली होती.

यात किती वेळ गेला ते कळलं नाही. माझी नजर त्या पाऊलखुणांचाच वेध घेत होती.

मधल्या काळात कधीतरी मी माझी शुद्ध हरपून बसलो होतो. मी शुद्धीवर आलो तेव्हा माझ्या लक्षात आलं की मी किनाऱ्यावरच्या पुळणीवर पडलो आहे अन् दूरवर फुटलेल्या लाटेचं पाणी वर येत येत माझ्यापर्यंत येऊन मला चाटून मागे जात आहे....

मी कसाबसा उठलो. राधिका अजूनही बेशुद्धावस्थेतच होती.

संपूर्ण किनाऱ्यावर खूप माणसं जमली असावीत असा प्रचंड कोलाहल माजला होता. मला तो जाणवत होता. पण तिथे एकाही माणसाचं अस्तित्व दिसत नव्हतं. मी राधिकेला पटकन् उचलली आणि तिला घेऊन घराच्या दिशेनं निघालो; यापेक्षा जास्त वेळ तिथं थांबण्याची शक्ती आता अंगत उरली नव्हती.

पहाटे कधीतरी राधिका शुद्धीवर आली. अण्णा आणि मी रात्रभर तिच्या उशाशी बसून होतो. त्या तेवढ्या वेळात अण्णांनी मला हे असले नसते उद्योग सोडून देण्याची विनंती वारंवार केली होती. मलाही थोडंसं अपराधी वाटत होतं; पण माझाही इलाज नव्हता. माझ्याबरोबर राधिकाही या सर्व प्रकरणात ओढली गेली होती आणि या विलक्षण प्रकारातून सहजासहजी बाहेर पडणं आता कदाचित दोघांनाही शक्य नव्हतं. समुद्रशास्त्रातलं

एखादं नवं रहस्य आम्ही उलगडणार होतो.

राधिका शुद्धीवर आलेली बघून आमच्या मनावरचा ताण एकदमच कमी झाला. अण्णांनी लगेच घरातून कॉफी करून आणली. गरमागरम कॉफी घशाखाली उतरली अन् सगळ्यांनाच हुशारी वाटू लागली.

''राधा, बरं वाटतंय ना?'' मी विचारलं.

''बरं? मला कुठं काय झालंय?'' राधिका म्हणाली.

तिचं उत्तर मला अनपेक्षित होतं.

''पण, तू तर बेशुद्ध पडली होतीस... कदाचित घाबरून...''

''छे. काहीतरीच -''

''पण तुझा चेहरा तर त्यावेळी अगदी घाबरल्यासारखा दिसत होता...''

''खरंच?'' राधिका म्हणाली अन् ती अगदी नॉर्मल असल्याचं बघून मला खूपच बरं वाटलं.

सकाळी चहापाणी झालं आणि आम्ही पुढच्या पडवीतल्या झोपाळ्यावर बसलो.

''हं, सांग राधा, काल रात्री काय दिसलं तुला?'' मी विचारलं.

''काल रात्री? मला?'' राधिकेनं साश्चर्य म्हटलं.

''म्हणजे? काल तू एवढं सगळं काहीतरी जगावेगळं बघितलंस. शेवटी बेशुद्ध पडलीस...''

''मी? मला तर काहीच आठवत नाहीये...''

''राधा... थट्टा नको. आमची उत्सुकता ताणू नको. लवकर काय ते सांग...''

''थट्टा नाही सर, तुम्ही म्हणता तसं काही पाहिल्याचं मला स्मरत नाहीये.''

राधिकेच्या उत्तरानं मी बुचकळ्यात पडलो. अण्णांच्या चेहऱ्यावरही संभ्रम दिसत होता; पण राधिकेला काहीच आठवत नव्हतं यात शंका नव्हती. तिला आम्ही खूप खोदून खोदून विचारलं, पण तिला काहीच आठवत नव्हतं.

त्या जगावेगळ्या गूढ घटनेची हातातोंडाशी आलेली उकल दुरावल्यामुळे नाही म्हटलं तरी मी थोडा नाराज झालो, पण काही इलाज नव्हता.

आदल्या रात्रीच्या घटनेचा मी माझ्या बुद्धिनुसार अर्थ लावीत होतो; पण वाळूत उमटणाऱ्या आणि नष्ट होणाऱ्या पाऊलखुणांवरून काही बोध होत नव्हता. माणसांच्या पावलांसारख्या खुणा असल्या तरी माणसांच्याच होत्या असंही म्हणता येत नव्हतं; कारण त्या वाळूतल्या खुणा होत्या, अस्पष्ट! अण्णांना मी सगळी घटना विस्तारानं सांगितली; पण त्यांनाही बहुधा विश्वास ठेवणं अवघड जात असावं.

त्या दिवशी पौर्णिमेनंतरची प्रतिपदा होती. चंद्रबिंब थोडंसंच कमी झालं होतं.

भरतीही कालच्यापेक्षा आज उशिरा यायची होती.

त्या रात्री अण्णांसह आम्ही पुळणीवर जाऊन बसलो.

चंद्र उगवला आणि आजूबाजूचं वातावरण बदलू लागलं. हा बदल आता आमच्या परिचयाचा झाला होता.

''आजही बहुधा कालच्यासारखं काहीतरी घडणार...'' राधिका म्हणाली.

''राधिका... म्हणजे तुला काल काय घडलं ते आठवतंय...'' मी चटकन म्हणलो.

''हो, अगदी स्पष्टपणे -''

''पण तू तर सकाळी म्हणाली होतीस की काही आठवत नाही म्हणून...''

''सकाळीच कशाला, मला दिवसभर काहीच आठवत नव्हतं. आता हा चंद्र बघितला अन् पुन्हा सगळं आठवायला लागलंय...''

''आश्चर्यच आहे.'' मी म्हटलं.

''माझ्या जन्मपत्रिकेनुसार, मी अमावस्येला आणि पौर्णिमेला थोडी विचित्र वागते बहुधा -'' राधिका म्हणाली.

''आय नो... चंद्राचा परिणाम झाल्यामुळे आपलं भावविश्व बदलून टाकणाऱ्यांबद्दल ऐकलंय...'' अण्णा म्हणाले.

''ते जाऊ दे. काय पाहिलंस तू काल राधा?'' मी म्हटलं.

''काल चंद्र हा इथं असा डोक्यावर आल्यावर त्या घराजवळ माणसं जमा झाली होती. त्यांनी तिथंच एकामागे एक उभं राहून एक रांग बनवली अन् हळूहळू एक एक जण त्या घराजवळून इथं येऊन पोहोचला...''

''मोठ्या घराजवळून?'' मी न समजून विचारलं.

''हं. एखाद्या मोठ्या सभागृहातून माणसं बाहेर पडावीत तशी...''

''किती विचित्र!'' अण्णा म्हणाले. ''तिथं तर वाळूच दिसतेय. घर कुठाय?''

''हं, कदाचित आजही असं काही विचित्र होईल असं वाटतंय...'' राधिका म्हणाली.

''पण हे जे काही होतंय ते आम्हाला का दिसत नाहीये? फक्त तुलाच हे कसं दिसतं?'' मी म्हटलं.

''ते नाही मला माहीत. मला स्वतःलाच त्याबद्दल आश्चर्य वाटतंय.''

आमच्या मनात विचारांचे विविध तरंग उठत होते. जे जाणवत होतं ते आमच्या आकलनशक्तीच्या पलीकडचं होतं आणि आम्हा तिघांनाही त्याची जाणीव वेगवेगळ्या पातळ्यांवर होत होती.

''राधिका...'' असं म्हणत मी राधिकेला पाहू लागलो. राधिका एखाद्या कळसूत्री

बाहुलीप्रमाणे चालत पुढे पुढे जात होती. मी तिच्याजवळ आल्याचं तिला जाणवलं असावं.

"सर, ते यायला लागलेत, तुम्ही बाजूला व्हा..."

"बाजूला?"

"तुम्ही त्यांच्या वाटेत उभे आहात..."

मी घाबरून बाजूला झालो.

क्षणार्धात मला वाळूत एक खड्डा दिसू लागला. वाळूत पाऊलखुणा उमटू लागल्या.

राधिकेनं आणखी एक पाऊल पुढे टाकलं आणि माझ्या काळजाचा ठोका चुकला.

राधिका कुठेच दिसत नव्हती! माझी जणू दृष्टीच गेली! मला आता तिथं काहीच दिसत नव्हतं. मी मघापासून सगळं राधिकेच्या नजरेनं पहात होतो. आता मला फक्त वाळूच दिसत होती.

माझ्यापासून थोड्याच अंतरावर अण्णाही पडलेले दिसत होते. मी पटकन त्यांच्याजवळ गेलो. त्यांची शुद्ध हरपली असावी.

मी सुन्न होऊन बराच वेळ तिथेच बसून होतो. आसमंतात राधिका कुठे दिसते का ते पहात होतो.

थोड्या अंतरावर राधिका मला पुन्हा दिसली.

आम्ही दोघं पटकन पुळणीवरून लांब आलो... अज्ञातातून वास्तवात परत आल्यासारखे! त्या पुळणीच्या बाहेरचं जग आमचं होतं. आमचं नेहमीचं. सगळीकडे चंद्रप्रकाश झिरपत होता. दूरवर सुरुची झाडं मंद वाऱ्यावर हेलकावत होती. त्यांचा तो सूऽऽ असा चिरपरिचित आवाज कानावर पडला. फुटणाऱ्या लाटांचं अस्तित्व जाणवलं अन् एकदम प्रसन्न वाटलं. मी राधिकेला तसं म्हटलंसुद्धा. ती म्हणाली, "खरं आहे सर. त्या पट्ट्याच्या आत एक वेगळंच विश्व आहे. इतक्या वेळात पानांची सळसळ ऐकली नाही. एवढंच कशाला बाहेरची वाळूही नजरेला पडली नाही."

अण्णांच्या जागेवर अण्णा दिसले नाहीत. ते आमच्यापासून खूप दूर उभे होते.

"अण्णा..." मी हाक मारली.

"अरे, तुम्ही आहात तरी कुठे? मगापासून तुमचा आवाज ऐकतोय; पण तुम्ही कुठेच दिसत नव्हता."

आम्ही एकमेकांकडे बघून हसलो. अण्णा आमच्यापर्यंत येऊन पोहोचले होते. "चला, घरी जाऊ -" मी म्हटलं.

"चला." ते म्हणाले.

आम्ही मागे वळून पाहिलं आणि मला आश्चर्याचा धक्काच बसला.

वाळूत दिसणाऱ्या पाऊलखुणा नष्ट झाल्या होत्या! सगळीकडे पूर्वीसारखीच वाळू

पसरली होती.

त्यानंतर चार दिवसांनी पुन्हा एकदा आम्ही रात्री पुळणीवर आलो.

वद्य अष्टमीच्या चंद्राची कोर आकाशात दिसू लागली आणि आमच्या मनाला पालवी फुटली. वाटलं, आता पुन्हा एकदा तो लोकविलक्षण अनुभव येईल. पुन्हा ती वाळूतली पावलं दिसतील.

पण चंद्र डोक्यावर आला तरी काहीच घडले नाही. तो परिचित असा वातावरणात होणारा बदल आढळला नाही. किनाऱ्यावर फुटणाऱ्या लाटातून कुजबुजण्याचा ध्वनी ऐकू आला नाही. लाटांचा जोरही जाणवत नव्हता. एखाद्या प्रचंड डबक्यातल्या पाण्यावर उठलेल्या लाटा जशा डुबुकडुबुक आवाज करीत किनाऱ्यावर आपटत असतात तसा तो आवाज ऐकून माझं मन उदास झालं. विशाल आणि अथांग सागराची सारी शक्तीच जणू संपुष्टात आल्यासरखी दिसत होती. सागराचं ते रूप मला बघवत नव्हतं. मी नकळत डोळे मिटून घेतले. माझ्यासारखीच राधिकाही बुचकळ्यात पडली होती.

''सर, हे सगळं फार विचित्र आहे... याआधी जे आपण इथं बघितलं त्याचा इथं जराही मागमूस नाहीये.''

''हं, खरं आहे.''

''कदाचित...'' राधिका म्हणाली.

''कदाचित?''

''दूरवर दिसणारं ते घरही दिसत नाहीये. तिथून का माणसं बाहेर पडत होती त्या दिवशी? काय आहे तिथे? काही गूढ? काही अमानवीय?'' राधिका म्हणाली.

नि:शब्द वातावरण, ढगाळलेल्या आकाशात फिक्कट जाणवणारी चंद्रकोर, आजूबाजूच्या गूढ अंधारात किनाऱ्यावरच्या लाटांचा ऐकू येणारा अतिमंद आवाज यांनी आधीच भयावह बनलेल्या त्या वातावरणात राधिकेचे ते शब्द ऐकून माझ्या अंगावर सरसरून काटा उभा राहिला.

''काही सांगता येत नाही. बघू उद्या.'' मी म्हटलं आणि काहीच न बोलता आम्ही परतलो.

दुसऱ्या रात्री पुन्हा पुळणीवर. पुन्हा कालचाच अनुभव. अंधूक चंद्रप्रकाश, शांत समुद्र अन् गूढ अंधार.

''राधिके, तू म्हणतेस तसं पुळणीच्या त्या टोकाला काहीच दिसत नाहीये; पण थोडं पुढे जाऊन बघून येऊया.'' मी म्हटलं.

''अण्णा तुम्ही येताय ना आमच्याबरोबर?'' राधिकेनं अण्णांना विचारलं.

''हो येतो की. जेवढं जमेल तेवढं येतो. नाहीतर थांबेन इथेच कुठेतरी-''

अण्णा म्हणाले.

आम्ही राधिकेला पहिल्या दिवशी दिसलेल्या त्या घराच्या दिशेनं निघालो. वाळूची ती पुळण खूपच लांबच लांब होती. पायाखालची वाळूही घट्ट नव्हती. आजूबाजूला माणसाच्या वास्तव्याचं कसलंही चिन्हं दिसत नव्हतं. अंधाराच्या एखाद्या गुहेत शिरावं तसं आम्ही पुढेपुढे सरकत होतो; पण पुळण काही संपत नव्हती आणि घरासारखं कुठेही काही दिसत नव्हतं.

"चला परत बाबांनो. आता नाही चालवत." अण्णा म्हणाले. आम्हालाही पुढे जाण्याने काही साधेल असे वाटत नव्हते. आम्ही परतलो.

दुसऱ्या दिवशी पुण्याला परतणं आवश्यक होतं. मी तसं म्हटलं राधिकेला; पण तिला तिथे अजून राहायचं होतं.

"मी राहते सर अजून चार-पाच दिवस. बघते गावातल्या लोकांना विचारून काही उलगडा होतोय का? नाहीतर येईनच परत. अण्णा तुम्ही थांबाल का माझ्या सोबतीला." ती म्हणाली.

"हो राहीन की. मला म्हाताऱ्याला काय काम आहे तिकडे?" अण्णा राहायला तयार झाले.

मी दुसऱ्या दिवशी पुण्याला परतलो; पण माडबनच्या पुळणीवरचा तो विलक्षण प्रकार काही मनातून जात नव्हता. राधिका येईपर्यंत असा प्रकार कोकणातल्या पुळणीवर कधी कुणी अनुभवलाय का, याबद्दल माहिती काढण्याचा प्रयत्न केला; पण सगळ्यांनाच हे नवीन होतं. कुठे काहीच धागादोरा मिळत नव्हता.

दोन दिवसांनी राधिकेला फोन केला. तिला ग वातल्या लोकांकडून एवढेच कळले होते की पुळणीवर घर दिसले त्याभागात काहीजण घाबरले होते. कशामुळे ते कुणाला माहीत नव्हते.

पुन्हा दोन दिवसांनी फोन केला त्यावेळी राधिकेशी संपर्क होऊ शकला नाही; ती परत येणारच होती म्हणून मीही पुन्हा प्रयत्न केला नाही. मलाही माडबनचे ते गूढ हा माझ्या मनाचाच काहीतरी खेळ आहे असं वाटायला लागलं होतं.

पण राधिका चार दिवसांनीही आली नाही. तिचा फोनही आला नाही. मीही कामात इतका व्यग्र होतो की राधिकाशी संपर्क करू शकलो नाही. आठ दिवसांत तिची काहीच खबरबात न मिळाल्यामुळे मी स्वतःच माडबनला जायचा निर्णय घेतला.

माडबनला पोहोचेपर्यंत मला खूप उशीर झाला. रात्रीचे आठ वाजून गेले होते. आपटे बाईंच्या घरी जिथे राधिका आणि अण्णा राहिले होते ते घर माझ्या आता चांगलंच परिचयाचं झालं होतं. मी घरी पोहोचलो.

पौर्णिमेच्या लख्ख प्रकाशात घराचं फाटक दिसलं जे नुसतंच ढकलून ठेवलेलं होतं. ते उघडून आत गेलो. मुख्य दारही जवळपास उघडंच होतं. राधिका आणि अण्णा बहुधा पडवीतल्या झोपाळ्यावरच असावीत असं वाटलं म्हणून दार ढकललं.

तिथे कोणीच नव्हतं. घरात दिवाही लावलेला दिसत नव्हता. मीही त्या तयारीनं आलो नव्हतो. घरात पाझरलेल्या चंद्रप्रकाशाच्या उजेडातच मी आत आलो.

''राधिका- अण्णा-'' मी हाक मारली. आतून काहीच हालचाल जाणवली नाही. मी अंदाजानेच माजघरात गेलो. पुन्हा हाका मारल्या; पण तिथे कुणीच नव्हतं.

मी थोडा धास्तावलो. तसाच पुढे सरकत मागच्या खोलीचा दरवाजा ढकलला आणि समुद्राकडून येणाऱ्या भणाणत्या वाऱ्याने मला थोडं आतच ढकललं. बाहेर चंद्रप्रकाशात सगळा आसमंत न्हाऊन निघाला होता.

घराचा मागचा परिसरही त्यात स्पष्ट दिसत होता. थोडीफार फुलझाडं, एक चिक्कूचं झाड आणि उंचचउंच माडांच्या पसाऱ्यातून पुळणीचा काही भाग दिसत होता. मी आत वळणार एवढ्यात पुळण आणि घराचा परीसर यांच्या दरम्यान कुणीतरी समुद्राकडे बघत उभं असल्याचा भास झाला. मला वाटलं ती राधिकाच असेल.

''राधिका--'' मी हाक मारली. भणभणत फिरणाऱ्या वाऱ्याच्या आवाजामुळे माझी हाक तिला ऐकू गेली नसावी म्हणून पुन्हा हाक मारली. त्या व्यक्तिने आता पटकन मान वळवून पाहिलं. ती राधिकाच होती. मला पाहताच ती धावतच पुढे आली.

''सर तुम्ही? केव्हा आलात? आणि कळवायचं नाही का?''

''कसं कळवणार. तुझा मोबाइल बघ. एकदातरी घेतलास का?'' मी थोडंसं चिडून म्हटलं.

''सॉरी सर. मोबाइल चार्ज नको का करायला? मी काहीच केलं नाहीये त्यासाठी.''

''छान. आणि अण्णा कुठेत?''

''अण्णा दोन दिवसांपूर्वीच गेलेत पुण्याला. तुम्हाला नाही भेटले?''

''भेटणार होते? त्यांनीही फोन नाही केला. मी गेलो असतो ना भेटायला आणि तुमची चौकशी करायला-'' मी म्हटलं.

''चला घरात. मी अजून कंदीलही लावला नाहीये.'' असं म्हणत राधिका धावतच आत गेली.

''अगं थांब. अडखळून पडशील'' मी म्हटलं.

''अडखळून? छे. मला आता खूप सवय झालीय या घराची. दिवा असलाच पाहिजे असं काही नाही.''

''म्हणजे? दिव्याशिवायच तू राहतेस इथे?'' मी या विचारानेच हादरून गेलो.

“थांबा तिथेच. मी कंदील लावून आणते.” माझ्या प्रश्नाला उत्तर देण्याच्या फंदात न पडता ती म्हणाली. तिनं आत कंदील लावला. माझीही नजर त्या धूसर उजेडाला आणि गूढ काळोखाला आता सरावली होती. मी आत येत म्हटलं,

“जेवणखाण तरी करता की नाही बाईसाहेब? की नुसर्तीच गूढ समस्येची उकल?”

“करते थोडंफार. एकट्याला किती लागतं असं. शिवाय प्रत्येकवेळी बाहेरून सगळं आणायला जमतंच असंही नाही.” ती सांगत होती ते सगळंच मला विचित्र वाटत होतं.

“आणि अण्णा का गेले तुला एकटीला टाकून?”

“एकटीला?” तिनं पटकन म्हटलं.

“ए बाई, एकटीच आहेस ना इथे? की कोणी भेटलाय या गावात?”

“सर, तुम्ही सुद्धा ना-” ती लटक्या रागाने म्हणाली. “अण्णांना एकदिवशी खूप ताप आला. मीच म्हटलं त्यांना ताप वाढण्यापूर्वी तुम्ही पुण्याला परत जा. मी येते लौकरच.”

“मग चला, जाऊया उद्या परत.” मी म्हटलं.

“आपल्याला माडबनच्या पुळणीवर जे विलक्षण दृष्य दिसलं होतं त्याची उकल करायची होती ना सर?” राधिकेनं विचारलं.

“हो पण तसं काही नसावं असं वाटतंय. तुलाही काही नाही ना सापडलेलं? नाहीतर आल्याआल्या लगेचच काहीतरी सांगितलं असतंस-”

“तुम्ही विचारलं का?”

“सॉरी. व्हेरी सॉरी. सांग-”

“सांगते; पण उद्याचा दिवस थांबू. मी जे शोधून काढलंय ते तुम्हाला दाखवते. मग जाऊ.”

“ओके मॅडम.” मी खूश होऊन म्हटलं.

कंदिलाच्या मिणमिणत्या उजेडात, त्या भकास घरात, राधिकेनं केलेलं जेवण जेऊन मी पहाटेपर्यंत तिचा अनुभव ऐकत होतो. मी राधिकेला माडबनला सोडून गेल्यावर, दुसऱ्या दिवसापासूनच ती शोधमोहीमेवर निघाली होती. पहिले दोन दिवस तिच्या हाताला काहीच गवसलं नव्हतं.

तिसऱ्या दिवशी पुन्हा रात्रीच्या वेळी पुळणीवर तिला माणसांचे आवाज ऐकू आले. वाळूत उमटणाऱ्या पाऊलखुणाही दिसल्या. तिला ते घरही दिसलं. अण्णांनाही दिसलं; पण अण्णा आजारी पडले दुसऱ्या दिवशी.

अण्णांजवळ बसून राहण्यात तो दिवस तसाच गेला. अण्णांना पुण्याला पाठवून

दिल्यावर ती लगेचच त्या घराच्या शोधासाठी निघाली. पुळणीच्या त्या टोकाजवळ जिथे त्यांना ते घर दिसलं होतं तिथे दिवसा सगळा वाळूचा ढिगाराच होता. त्यावर सगळीकडे वाढत गेलेल्या वनस्पतींच्या वेलींचं जाळं झालं होतं. राधिका त्या ढिगाऱ्यावर जाऊन उभी राहिली. तिथून माडबनची सुंदर पुळण अधिकच आकर्षक दिसत होती. गावातले लोक म्हणत होते की तिथे भीती वाटते. घाबरायला होतं; पण तिला तसं तिथे काहीच जाणवलं नव्हतं.

त्या ढिगाऱ्याच्या आजूबाजूलाही वाळूच होती. जवळपास एकही घर, झोपडी, काहीच नव्हतं. मग रात्रीच्या वेळी लांबून त्यांना काय दिसलं होतं? ते कळण्यासाठी रात्रीच्या वेळी पुन्हा एकदा पुळणीवर जाऊन पाहायला हवं होतं.

त्याच दिवशी रात्री राधिका पुळणीवर गेली. एकटीच. झिरपणाऱ्या धूसर प्रकाशात सगळा आसमंत लपेटून गेला होता. पौर्णिमा जवळ येत होती. वातावरण निश्चितच बदलत होतं. तिने पुळणीच्या टोकाकडे पाहिलं.

एखाद्या झोपडीवजा घराची धूसर आकृती तिथे दिसू लागली होती. आज राधिकेला रहस्याचा उलगडा होणार होता. ती घराच्या दिशेने निघाली. ती किती वेळ चालत होती तिला कळत नव्हतं. काही वेळाने त्या घरातून काही मानवाकृती बाहेर पडताना दिसत होत्या. त्या सगळ्या पुळणीच्याच दिशेने येत होत्या. मात्र, जवळ आल्यावर त्या दिसत नव्हत्या. त्याच्या पावलांच्या खुणा वाळूत उमटून नाहीशा होत होत्या.

राधिका घरापाशी पोहोचली आणि समोरून ते घर बघून अक्षरश: अवाक् झाली. ते आपटे बाईंचंच घर होतं. तिच्या परिचयाचं. ती जिथे राहात होती तेच. ती दरवाजा ढकलून पटकन आत गेली. सगळ्या खोल्या रिकाम्या होत्या. देवघरात देव नव्हते. झोपाळा नव्हता. सगळं घर सताड उघडं होतं. समुद्रावरचा वारा सगळीकडे घोंघावत होता. कुठेही माणसाचं अस्तित्व नव्हतं. श्रांत मनाने आणि शरीराने ती पडवीतल्या पायरीवर बसली आणि थोड्याच वेळात तिची शुद्ध हरपली. सकाळी ती जागी झाली तेव्हा ती वाळूच्या ढिगाऱ्यावर बसलेली होती.

सुन्न होऊन ती घरी आली. दिवसभर तिने कसातरी वेळ काढला. आज रात्री पुन्हा ती तिथे जाणार होती. संध्याकाळी म्हणूनच मागच्या अंगणात उभी राहून बदलणाऱ्या वातावरणाचा अंदाज घेत होती.

"तेव्हाच तुम्ही मला पाहिलीत सर-" ती म्हणाली.

"ओ नो! हे सगळं फार विचित्र आहे. कुठल्याही नियमात न बसणारं. सागरशास्त्राच्या अभ्यासात असलं काही वाचल्याचं नाही आठवत. खरं म्हणजे तू म्हणतेस म्हणून त्याबद्दल शंका नको घ्यायला; पण राधिके खरंच विश्वास नाही बसत-" मी म्हटलं.

"म्हणूनच म्हटलं. आज रात्री जाऊन येऊ. पौर्णिमाही आहे आज. मीच नेणार आहे तुम्हाला तिथे. तुम्हालाही बहुधा, हा अनुभव येईल." राधिका म्हणाली.

दुसऱ्या दिवशी गावात फिरताना आणखी एक माहिती कळली. त्या गावातली खूपशी माणसं बेपत्ता होती. हरवली होती. त्यांचा काहीच ठावठिकाणा नव्हता. त्यातल्या काहींना असं वाटत होतं की पुळणीच्या त्या टोकाकडे गेलेले त्यांचे काही नातेवाईक एकाएकी नाहीसे झाले होते.

आम्ही दोघं रात्री पुळणीवरून चालत त्या घराकडे निघालो. रात्रभर बहुधा चालतच होतो. पहाटे कधीतरी त्या घराचं दर्शन झालं. राधिका म्हणाली तसं ते आपटे बाईंचंच घर होतं. आम्ही आत गेलो. आपट्यांचं ते उद्ध्वस्त घर बघून माझ्या अंगावर सरसरून काटा फुलला.

मी सुन्न होऊन तिथंच पडवीत खाली बसलो. माझी शुद्ध हरपली. थोड्याच वेळात सकाळ झाली. मी जागा झालो. शेजारी राधिका नव्हती. मी एका मोठ्या वाळूच्या ढिगाऱ्यावर बसलो होतो. मी उठलो. घरी निघालो. घराजवळ आलो पण तिथे काहीच नव्हतं. परत त्या वाळूच्या ढिगाऱ्याकडे निघालो. तिथंच थांबलो. रात्री राधिका दिसली. आम्ही दोघंही पुळणीवरून झपाझप चालत, आपट्यांच्या घराकडे निघालो.

वाटेत काही माणसं दिसत होती. आमच्यासारखीच आपापल्या घराकडे जात होती. आपआपल्या आप्तेष्टांना भेटायला. मला माहीत होतं. रात्रभर आपल्या घरापाशी राहून सकाळी सगळी ती इथेच येणार होती. या वाळूच्या ढिगाऱ्याजवळ.

गेली अनेक वर्षे हे असंच चाललंय. मी पाहतोय ना.

अलिबागच्या एका ग्रंथालयात 'सागरशास्त्रातील न उकललेल्या घटना' या पुस्तकात ही घटना कोणा एका सागर देशमाने नावाच्या माणसाने लिहिली होती. त्यावर त्या व्यक्तिचा पत्ता वगैरे काही नव्हता. फक्त एक स्केच होते. एका वाळूच्या ढिगावर बसलेल्या दोन व्यक्तिंचे.

१५

सिद्धान्त

मनोहर दिघेला कॉलेजात असल्यापासूनच संख्याशास्त्राची विलक्षण आवड होती. म्हणूनच बी.एस्सी.ला आणि नंतर एम.एस्सी.ला संख्याशास्त्रातच पदवी घ्यायची हे त्याचं स्वप्न होतं. बी.एस्सी.ला डिस्टिंक्शन मिळाल्यावर आता तो एम.एस्सी.च्या पहिल्या वर्षात संख्याशास्त्र शिकत होता.

दिघेची बुद्धी खूप तल्लख होती. संख्याशास्त्रातल्या अनेक किचकट संकल्पना आणि सिद्धान्त समजायला त्याला जराही वेळ लागत नसे. अनेक प्रकारची गणिते तो अगदी चुटकीसरशी सोडवायचा. त्याच्या या हुशारीची अनेकांना असूयाही वाटत होती. पण याची त्यालाही कल्पना होती. आपलं विषयातलं वर्चस्व काही वेळा आपल्या प्राध्यापकांनाही आवडत नाही हेही तो जाणून होता; पण त्याला काही इलाज नव्हता.

संख्याशास्त्रातल्या अनेक संकल्पना काहीवेळा त्याला खूपच निरुपयोगी व अर्थहीन वाटायच्या. त्याबद्दल तो मित्र आणि प्राध्यापकांच्याबरोबर चर्चाही करण्याचा प्रयत्न करायचा; पण त्याच्या प्रश्नांची उत्तरे कोणाकडेच नसायची.

संख्याशास्त्रातील संकल्पना आणि सिद्धान्त हे केवळ कागदावर सिद्ध करण्यापुरते राहू नयेत. त्यांचा प्रत्यक्ष जीवनात उपयोग व्हावा, तो होतोय याची प्रचिती यावी असं त्याला नेहमी वाटायचं.

या विषयातलं संशोधनही खूप कमी झालंय असं आजकाल त्याला सारखं वाटायचं. तो नेहमीच राष्ट्रीय आणि आंतरराष्ट्रीय पातळीवरील संशोधन पत्रिकांचा मागोवा घेत असायचा. डॉ. प्रधान या संख्याशास्त्रातील सेवानिवृत्त

प्राध्यापकाला मागच्या वर्षी त्यांच्या एका अलौकिक सिद्धान्ताबद्दल राष्ट्रीय पुरस्कार मिळाल्याचं त्याला माहीत होतं. शक्यतांच्या संदर्भातील त्यांच्या त्या सिद्धान्ताची त्याला नक्कीच उत्सुकता होती; पण अजूनही, त्या सिद्धान्ताचं नेमकं स्वरूप त्याच्या वाचनात आलं नव्हतं.

डॉ. प्रधान त्याच शहरात राहात होते. त्यांनाच भेटावं आणि त्यांचा तो सिद्धान्त त्यांच्याचकडून समजावून घ्यावा हे त्यानं मनोमन ठरवलं होतं. त्यांचा नेमका पत्ता त्याला माहीत नव्हता; पण तो शोधता आला असता.

पत्ता शोधता शोधता त्याला जेव्हा कळलं की डॉ. प्रधान हे दिघे जिथे राहतो त्याच्या जवळपासच राहतात तेव्हा त्याला आश्चर्याचा धक्काच बसला!

आज घरी जाता जाता डॉ. प्रधानांना भेटूनच जावं, असा विचार करून तो कॉलेजच्या ग्रंथालयातून बाहेर पडला तेव्हा खरं म्हणजे खूप उशीर झाला होता; पण त्याचा इरादा पक्का होता.

शहरातल्या गर्दीतून स्कूटर, रिक्षा, चारचाकी गाड्या, बसेस, ट्रक, हातगाड्या यातून मार्ग काढीत तो सायकल हाणीत होता. डोक्यात डॉ. प्रधानांना काय विचारायचं, कसं विचारायचं याची जुळवाजुळव करीत होता आणि त्यातच सगळी वाहनंही चुकवण्याचा प्रयत्न करीत होता...

दिघे जवळजवळ तासभर प्राध्यापक प्रधानांचा बंगला शोधत होता. अगदी एकासारखे एक दिसणारे बंगले अन् एकमेकांना समांतर अशा एकाच प्रकारच्या गल्ल्या यामुळे तर त्याचा अधिकच गोंधळ होत होता. बंगल्याचा नंबर असूनही कुणी नेमका हा बंगला कुठे आहे ते सांगू शकत नव्हता. घराचे नंबरही एकाच दिशेने वाढताना किंवा कमी होताना आढळत नव्हते. खरं म्हणजे हा अनुभव त्याला नवीन नव्हता. अस्ताव्यस्त पसरलेल्या शहराच्या कुठल्याही भागात हीच स्थिती होती. आपल्या बंगल्याच्या पलीकडे शेजारच्या बंगल्यात कोण राहतंय याची अजिबात दखल न घेण्याच्या शहरी लोकांच्या प्रवृत्तीने तर प्रधानांचा बंगला शोधून काढण्याची शक्यता अगदीच दुरावत चालली होती.

वास्तविक हा भाग दिघेला अपरिचित होता असं नाही, पण वाढणारा अंधार अन् जेमतेम उजेड देणारे रस्त्यावरचे दिवे यामुळे एखाद्या नवख्या माणसासारखा तो इकडे तिकडे हिंडत होता.

एक शेवटचा प्रयत्न करावा म्हणून दिघे पुढच्याच गल्लीत शिरला. कोपऱ्यावरच्या बंगल्याच्या फाटकात कुणीतरी उभं होतं. दिघेनं म्हटलं,

'एस्क्यूज मी, डॉ. प्रधानांचा बंगला'...?

'डॉ. प्रधान?'

'हं, संख्याशास्त्राचे प्राध्यापक.'

'संख्याशास्त्राचे प्राध्यापक?'

'हां. तेच तेच.' दिघे अधीरपणे म्हणाला.

'ते याच गल्लीत, अगदी पहिल्या बंगल्यात, टोकाच्या.'

'थँक्यू.' असं म्हणत दिघे वाट चालू लागला. दिघेची अनेक दिवसांची इच्छा आज पूर्ण होणार होती. संख्याशास्त्रातल्या या गाढ्या पंडिताची भेट घेण्याचा त्याचा बरेच दिवसांपासूनचा इरादा होता. पण काहीना काही कारणांनी ते जमलं नव्हतं. तशी डॉ. प्रधानांची अनेक पुस्तकं त्यानं वाचली होती. डिग्री घेईपर्यंत अभ्यासाचा भाग म्हणून आणि नंतर आवड म्हणून.

मागच्याच वर्षी डॉ. प्रधानांना 'प्रोबॅबिलिटी'च्या संबंधातील त्यांच्या एका सिद्धान्ताकरिता राष्ट्रीय पुरस्कार मिळाला होता. खरं म्हणजे त्याच वेळेला प्रधानांना भेटून त्यांचं अभिनंदन करण्याचा दिघेचा इरादा होता; पण नाही जमलं. त्यांच्या 'न्यू ॲप्लिकेशन्स ऑफ थिअेरी ऑफ प्रोबॅबिलीटी'चं देशभर कौतुक झालं होतं.

इतका मोठा माणूस, पण तो आपल्या शेजारी राहतोय याचीही या भागातल्या लोकांना कल्पना नव्हती. ही कसली माणसं? चार भिंतींपलीकडे विश्व नसलेली. गुणग्राहकता नसलेली, विद्वानांची कदर तर सोडाच पण ती आपल्या जवळपास राहतात हेही माहिती नसलेली. डॉ. प्रधान इथेच राहतात हे त्यालाही कुठे माहीत होतं म्हणा.

गल्लीच्या टोकाशी एक छोटेखानी बंगला दिसत होता. रस्त्याच्या दोन्ही बाजूला असलेल्या इतर बंगल्यासारखाच. प्रत्येक बंगल्याच्या बाहेर कमी प्रकाश असलेले दिवे लावलेले होते. काहींच्या उघड्या खिडक्यांतून टी.व्ही. समोर बसलेली माणसं दिसत होती. कुठं कुठं दरवाजे अर्धवट उघडे दिसत होते. बाकी रस्त्यावर शुकशुकाट होता.

दिघे प्रधानांच्या बंगल्याजवळ येऊन पोहोचला. बंगल्याच्या आवारात काळोखच दिसत होता. त्यानं फाटक ढकललं अन् तो आत आला. दरवाज्यावर पाटी दिसली.

'डॉ. डी.एस. प्रधान.'

दिघेनं दरवाजावरची कॉल बेल दाबली; पण आवाज नाही. पाच मिनिटं वाट पाहून त्यानं दरवाजावरची कडी वाजवली; पण तरीही आतून काही हालचालीचा अंदाज आला नाही. तेव्हा तो अस्वस्थ झाला.

अन् इतक्यात समोरचा दरवाजा भसकन उघडला.

'येस - कोण आहे?' आतून आवाज आला.

'मी, दिघे -' असं म्हणून तो थांबला. त्याला डॉ. प्रधान कुठे ओळखत होते? 'मी दिघे' याला तसा काहीच अर्थ नव्हता.

‘या, आत या -’ दिघे आत आला.

‘तेवढं दारही लावून घ्या.’ आतून पुन्हा आवाज आला. दिघेनं दार लावलं अन् तो बाहेरच्या काळोख्या खोलीतून आत आला.

दिवाणखान्याच्या एका कोपऱ्यात एका टेबलासमोर बसून डॉ. प्रधान शेजारच्या दिव्याच्या अंधुक उजेडात काही वाचत होते. मध्येच समोरच्या कागदावर काही रेघा काढीत होते.

दिघेकडे न पाहताच ते म्हणाले, ‘बसा. एवढं डेरीव्हेशन पूर्ण करतो अन्...!’

‘सॉरी टू डिस्टर्ब यू सर.’ दिघे अपराधी सुरात म्हणाला अन् जवळच्या खुर्चीवर बसला.

दिघेनं प्रधानांच्या पाठमोऱ्या व्यक्तिमत्त्वाचा अंदाज घेतला. उंच्यापुऱ्या अन् धष्टपुष्ट शरीरयष्टी बरोबरच प्रधानांना लाभलेल्या प्रगल्भ बुद्धीचा तो विचार करू लागला.

‘बोला -’ प्रधानांचं डेरीव्हेशन बहुधा संपलं होतं.

‘मी, दिघे. संख्याशास्त्राचा विद्यार्थी अन् आपला एक चाहता. अनेक दिवस आपल्याला भेटण्याची इच्छा मनात बाळगून होतो. आपल्या मागच्या वर्षीच्या सन्मानाबद्दल अभिनंदनही करायचं होतं -’ दिघे भरभरा बोलत होता.

‘ओ दॅट! तुम्ही त्याबद्दल माझं अभिनंदन करायला आला आहात?’ डॉ. प्रधानांनी किंचित हसत विचारलं.

‘येस सर. आणखी एक उद्देश आहे. मला तुमच्या त्या नवीन सिद्धान्ताविषयीही बरीच उत्सुकता आहे. त्याबद्दल आपण काही सांगू शकलात.’ दिघे नम्रपणे म्हणाला.

डॉ. प्रधान दिघेकडे रोखून पाहात होते. त्याचं नम्र बोलणं अन् त्याची ज्ञानलालसा यामुळे तो त्यांना खूपच आवडला होता. त्यांच्या चेहऱ्यावरचे सगळे भावच तसं दर्शवीत होते.

‘हो नक्कीच. का नाही? पण मिस्टर दिघे, तो सिद्धान्त थोडासा किचकट आहे. शिवाय अगदी थोडक्यात सांगता येण्यासारखाही नाही.’ डॉ. प्रधान म्हणाले.

‘मी रात्रभर बसायला तयार आहे -’ दिघेनं उत्सुकता दाखविली.

‘पण -’ असं म्हणून प्रधान थोडं थांबले.

‘मग मी उद्या येऊ?’

‘नको, तुमची जिज्ञासा पूर्ण करणं अन् तीही लवकर हे माझं परम कर्तव्य आहे असं मी समजतो.’ डॉ. प्रधान बोलत असताना दिघेनं घरात नजर टाकली.

डॉ. प्रधानांच्या ते लगेच लक्षात आलं ‘आणि शिवाय मी एकटाच आहे. घरात दुसरं कुणी नाही. त्यामुळे बाकी कसली काळजी नाही.’ ते म्हणाले.

दिघे एकदम सावरून बसला. प्रधानांच्या तल्लख बुद्धीची त्याला एकदम जाणीव झाली. त्याच्या नुसत्या दृष्टिक्षेपावरून त्यांनी त्याच्या मनातली गोष्ट ओळखली होती. त्याची कुठलीही हालचाल प्रधानांच्या नजरेतून सुटणं शक्य नव्हतं. त्याच्या मनावर अचानक थोडं दडपण येऊ लागलं.

'सो, कमिंग बॅक टू द पॉइंट' प्रधानांनी हातातलं पेन खाली ठेवीत म्हटलं.

दिघेला पुन्हा हुरूप आला. त्याच्या चेहऱ्यावरची उत्सुकता पाहून डॉ. प्रधानांना खूप समाधान वाटलं. आज कितीतरी दिवसांनी त्यांना एक मनासारखा श्रोता मिळत होता.

प्रधानांनी दोन हातांची बोटं एकमेकांत जुळवून अन् थोडं पुढे झुकून त्यांचं 'प्रोबॅबिलीटी'चं संशोधन दिघेला सांगायला सुरुवात केली.

दिघे मुळातच हुशार होता अन् संख्याशास्त्र हा त्याचा आवडता विषय. तो तल्लीन होऊन ऐकू लागला. जवळजवळ अर्धी रात्र संपली. तोपर्यंत प्रधानांनी अनेकवेळा कागदावर शेकडो आकृत्या काढून अन् लक्षावधी आकडे लिहून आपला सिद्धान्त अतिशय स्पष्टपणे अन् असंदिग्धपणे दिघेसमोर ठेवला होता.

डॉ. प्रधान बोलायचे थांबले तेव्हा आजूबाजूला एक विचित्र शांतता पसरली.

'वाव! किती प्रभावी कल्पना आहे. -' दिघे विलक्षण प्रभावित होऊन उद्गारला.

'तेव्हा असा हा सिद्धान्त आहे मि. दिघे. अजूनपर्यंत कुणीही असा विचार संख्याशास्त्रात मांडलेला नाही.' डॉ. प्रधान दिघेच्या चेहऱ्यावरचा आनंद पाहून समाधानानं म्हणाले.

'निःसंशय सर! पण तरीही -' दिघे थांबला.

'का बरं? काही शंका आहे?' डॉ. प्रधान अस्वस्थ होऊन म्हणाले.

'नाही सर, शंका अजिबात नाही; पण याचं एखादं उदाहरण, एखादं घडलेलं उदाहरण?' दिघे अडखळत म्हणाला.

'आहे ना. खरं म्हणजे मी त्याचीच वाट पहातोय. लवकरच मला याचा पडताळा येईल याची मला खात्री आहे. तुलाही कदाचित.'

'म्हणजे?' दिघे संभ्रमित झाला.

'असं पहा मिस्टर दिघे. मी या सिद्धान्ताच्या पुष्टीसाठी एक निरीक्षण करतोय. अजूनपर्यंत सगळ्या गोष्टी माझ्या सिद्धान्ताप्रमाणेच चालल्याहेत. तुम्हाला सांगतोच ऐका.'

'तुम्ही आता ज्या गल्लीतून चालत आलात त्या गल्लीच्या तोंडाशी असलेला माझा बंगला पहिला. माझ्या समोरचाही तसं पाहिलं तर पहिलाच. बरोबर? आता हीच परिस्थिती गल्लीच्या शेवटच्या तोंडाशी असलेल्या समोरा-समोरच्या दोन बंगल्यांची. बरोबर?' असं

म्हणत डॉ. प्रधानांनी दिघेकडे पाहिलं.

'येस सर - अगदी बरोबर. पण याचा अर्थ -'

'सांगतो. माझ्या समोरच्या बंगल्यातला कर्ता पुरुष दोन वर्षांपूर्वीच बस अपघातात मरण पावला. गेल्या वर्षी गल्लीच्या तोंडाशी असलेल्या माझ्या बंगल्याच्या ओळीतल्या बंगल्यातही असाच प्रकार घडला -' डॉ. प्रधान थांबले.

दिघेनं प्रधानांच्या बंगल्याची जिथं चौकशी केली होती तो बंगला अन् तिथला काळोख दिघेला आठवला. तो अस्वस्थ झाला. त्याच्या अस्वस्थतेची दखल न घेता डॉ. प्रधान बोलू लागले.

'म्हणजे या वर्षी हा प्रकार माझ्या बंगल्यात होणं आवश्यक! माझ्या सिद्धान्तानुसार.'

'किंवा मागच्या वर्षी ज्या बंगल्याच्या बाबतीत हे घडलं त्याच्या समोरच्या बंगल्यातही यावर्षी हे घडण्याची शक्यता जवळजवळ तितकीच.' दिघे म्हणाला.

'खरं आहे किंवा दहा आवर्तनानंतर हा पॅटर्न पुन्हा येईल -' प्रधान थांबले.

'ही घटना दहा वर्षांनंतर घडेल -' दिघे उत्तरला.

'किंवा याच वर्षी पण दहा गल्ल्या सोडून याच भागात घडेल.' प्रधान थोडं थांबून पुन्हा म्हणाले. म्हणजे बघा यामध्ये इतक्या सर्व शक्यता आहेत.'

एकाएकी दिघे उठला. 'थँक्यू सर! मी आता निघतो. बराच उशीर झालाय.'

डॉ. प्रधानांनी हाताच्या इशाऱ्यानं त्याला थांबवलं. 'बाय द वे, तुम्ही कुठं राहाता?'

'जवळच.' असं म्हणत दिघेनं त्याच्या घराचा नंबर सांगितला. तो दहाव्या गल्लीतला होता.

'ओ नो!' प्रधान एकदम उभे राहिले. दिघे त्यांच्याकडे न पाहताच दरवाजाकडे निघाला होता.

'दिघे, तुम्ही इथून दहाव्या गल्लीत राहाता? तुम्हाला माहीत आहे?'

दरवाज्याच्या चौकटीत जाऊन दिघे थबकला. 'नो सर. हे मात्र माहिती नव्हतं.'

दिघेच्या चेहऱ्याकडे प्रधानांना बघवत नव्हतं. 'दिघे शेवटी हा एक सिद्धान्त आहे. अजून सिद्ध व्हायचाय. कदाचित तो चुकीचाही असेल -' डॉ. प्रधानांना या क्षणी आपला सिद्धान्त चुकीचा ठरावा असं सारखं वाटत होतं.

'नाही सर. तो सिद्ध झालाय -' प्रधानांनी चमकून पाहिलं. दिघे बाहेरच्या काळोखात दिसेनासा होत उत्तरला, 'सायकलवरून आज घरी येताना ट्रकची धडक बसून माझी सायकल चिरडून गेली माझ्यासकट!'

दिघेच्या बोलण्याचा अर्थ कळला अन् डॉ. प्रधान हादरून गेले.

आपल्या सिद्धान्ताचं असामान्यत्व जाणवून!

१६

मुक्काम प्रिंदावण, पोस्ट उपळे

उद्धवनं डोक्यावरचं पांघरूण बाजूला करून समोरच्या रेज्यातून बाहेर पाहिलं. अजून उजाडलं नव्हतं. काल रात्रीपासून सुरू झालेल्या पावसाची रिपरिप अजूनही चालूच होती.

पडवीच्या उजव्या बाजूच्या पन्हाळीतून पागोळी एकसुरात खाली पडत होत्या. अंगणातलं फणसाचं झाड जराही हालचाल न करता नेहमीसारखं गप्पगार पडलं होतं. खळ्याच्या चारही बाजूंनी लावलेल्या जास्वंदीच्या झाडातून दिसणारे आकाशाचे तुकडे निस्तेज, फिक्कट वाटत होते. वेळ काय झाली होती तेच कळत नव्हतं; पण झोप पूर्ण झाल्यासारखं वाटत होतं. म्हणजे पहाटेचे पाच-साडेपाच नक्कीच झाले असावेत.

इतक्या लवकर उठून तसं काही कामही नव्हतं; उद्धवनं पुन्हा एकदा डोक्यावरून पांघरूण ओढून घेतलं. त्याच्या त्या हालचालीनं झोपाळ्याच्या कड्या कुरकुरल्या अन् त्या आवाजानं माजघरातल्या मनीला उद्धव उठल्याची चाहूल लागली. ती दोन-तीन उड्यांतच उद्धवजवळ आली, अन् त्याच्या पांघरुणात शिरून त्याच्या पायाला आपलं तोंड घासू लागली.

उद्धवला आता उठणंच भाग होतं. तो उठून माजघरात गेला. माजघरातल्या माच्यावर आई अजूनही झोपलेलीच होती. शेजारच्या कोनाड्यातल्या कंदिलाची वात मोठी करून त्यानं पायाखालची गोधडी आईच्या अंगावर पसरली; पण त्यामुळे आई एकदम उठूनच बसली. ती बहुधा रात्रभर जागीच होती.

''किती वाजले उद्धवा?''

‘‘बघितले नाही. पाच-साडेपाच असतील.’’

‘‘मनीला दूध घातलंस का?’’

‘‘घालतो.’’

‘‘फडताळात बघ आहे का शिल्लक’’ आई म्हणाली.

तिला ‘अजून थोडा वेळ झोप’ म्हणण्यात अर्थ नव्हता. ती उठणारच होती. उद्धवनं फडताळातलं दूध काढून मनीसाठी ठेवलेल्या फुटक्या बशीत ओतलं. लपाक् लपाक् आवाज करीत मनी दूध पिऊ लागली; अन् उद्धव खळ्यातल्या खोपटीत आला. एव्हाना थोडं उजाडलं होतं.

दोणी शेजारच्या खांबाला सुंभ लोंबकळत होता. त्याला बांधलेल्या मोघ्यातून चिमटीभर राखुंडी घेऊन उद्धव दात घासू लागला.

दात घासता घासता दिवसभरात काय काय करायचं त्याची जुळणी करू लागला. पावसानं मेहरबानी केली तर खूप कामं उरकता आली असती. दोन कोसांवरच्या मांगरातून रेशन आणायचं होतं. ओढ्यापलीकडच्या चक्कीतून दळून आणायचं होतं. उपळ्यातल्या पोष्टात जाऊन चार दोन कार्डं आणायची होती आणि शेखरनं पाठवली असली तर पोष्टातून मनिऑर्डरची रक्कमही आणायची होती.

आणि हे सगळं आटपून काळोख पडण्यापूर्वी प्रिंदावणांत परतायचं होतं.

त्यानं घाईघाईनं आंघोळ उरकून घेतली; अन् रोजची देवपूजा आणि म्हशीचं दूध काढणं, ही दोन्ही कामं आईच्या गळ्यात घालून तो निघाला. आईनं विचारलं,

‘‘अरे बाबा, रेशन आणतोयस ना?’’

‘‘होय, आणतोय ना आणि येतानांच दळून आणतो.’’

‘‘उपळ्यापर्यंत जाणार आहेस का?’’

‘‘असं म्हणतोय...’’

कोपऱ्यातल्या चपला पायात सरकवून तो गोणपाटाच्या एका लांबरुंद पिशवीसह बाहेर पडला.

खळ्यातल्या चिखलात उभं राहून त्यानं छत्री उघडली. छत्रीच्या निखळलेल्या दोन काड्या तिथंच अडकवून तो चालू लागला.

आखाड्याच्या काठ्या काढून तो घाटीजवळ आला. डोंगरावरून पाण्याचे लोट खालच्या पायवाटेवर येत होते. सगळी वाट त्या पाण्याखाली अदृश्य झाली होती. त्यानं छत्री वर करून समोर पाहिलं. सकाळच्या शाळेत जाणारी मुलं, चड्ड्या सावरीत, नाकं पुशीत, फाटक्या छत्र्या आणि इरली सांभाळीत चुबूक चुबूक आवाज करीत उपळ्याच्या दिशेनं जात होती.

उद्धवला आठवलं आपणही वयाची दहा-बारा वर्षे असंच उपळ्याच्या त्या मोडक्या पडवीत भरणाऱ्या शाळेत जात होतो. मग नाना परागंदा झाले आणि पुढच्या शिक्षणासाठी खारेपाटणला जाण्याचं त्याचं स्वप्न तसंच जिरून गेलं.

आईचा सांभाळ करणं, गोठ्यातल्या म्हशींची काळजी घेणं, खळ्याच्या बाजूला थोड्या भाज्या वाढवणं आणि शेखरच्या मुंबईहून न चुकता येणाऱ्या मनिऑर्डरवर जगणं या पलीकडे आता जीवनात कसलंच काम उरलं नव्हतं.

आई थकली होती. परागंदा झालेल्या नवऱ्याच्या परतीची वाट पाहात दिवस मोजीत होती. मोठा भाऊ शेखर मुंबईला बसून पत्राद्वारे प्रेमाचा वर्षाव करीत होता. कोकणातली आपली प्रॉपर्टी सांभाळणं कसं दिवसेंदिवस गरजेचं होतंय, त्याचं महत्त्व कळवीत होता. उद्धवनं मुंबईला येऊन काही उपयोग व्हायचा नाही. आजकाल ब्राह्मणांना नोकरी मिळणं अवघड झालंय असंही वारंवार लिहित होता आणि उद्धव घर आणि प्रॉपर्टीच्या गुडघाभर चिखलात रुतून बसला होता! ---

प्रिंदावणासारख्या एकाकी निर्जन आडगावात उद्धवला कुणी मुलगी द्यायला तयार नव्हतं. गावांत ब्राह्मणांची घरचं आता फारशी उरली नव्हती. एखाद्या जखडून गेलेल्या वृक्षासारखं वठून जाण्याशिवाय उद्धवपुढं पर्याय नव्हता. शेखरच्या उद्धट बायकोमुळे आईची मुंबईला जायची तयारी नव्हती आणि आईला सोडून जायला उद्धव तयार नव्हता.

समोरच्या ओढ्यातून रोरावत जाणाऱ्या पाण्याचा आवाज ऐकू आला अन् उद्धवची विचारशृंखला तुटली; तो एकदम भानावर आला.

ओढ्याच्या काठाजवळ रांग करून उभी राहिलेली मुलं टाळ्या वाजवीत होती. आनंदानं ओरडत होती. काहींनी तर ओढ्याचं रूप बघूनच मोर्चा घराच्या दिशेनं वळवला होता.

उद्धव सुन्न होऊन त्या पाण्याच्या लोंढ्याकडे पाहात होता. आपल्या वाटेत आलेल्या सगळ्या लहानमोठ्या वस्तूंना आपल्याबरोबरच ओढीत नेणाऱ्या त्या ओढ्याकडे बघून उद्धव किंचित हसला. प्रिंदावणातल्या सगळ्यांची अवस्था जणू त्या ओढ्यात सापडलेल्या ओंडक्यासारखी होती. काहीच करता येत नाही म्हणून सगळे त्या एकाकी गावात राहून नियतीबरोबर फरफटत जात होते.

पावसाळ्यात जगाशी संबंध नाही. उन्हाळ्यातल्या ऊन्हामुळे कोस कोस चालत जाऊन उपळं गाठण्याची कुणात उमेद नाही. रस्ते नाहीत, वीज नाही, डॉक्टर नाही; त्यामुळे इतर काहीच नाही! गावासमोरून वाहणाऱ्या खाडीचं पात्र दगडधोंड्यांनी भरून गेलेलं. त्यामुळं होडीचाही प्रवास नाही.

ओढ्याचं पाणी वाढतच होतं. उद्धवच्या पुढ्यातलं प्रश्नचिन्हही वाढत होतं.

आज रेशन आणायलाच हवं होतं. जेमतेम दोन दिवस पुरेल एवढंच घरात होतं. शिवाय पैसेही संपले होते. शेखरची मनिऑर्डर नक्कीच आली असेल. त्यासाठी तरी उपळ्याला जायलाच हवं होतं.

सगळ्या मुलांनी शाळेला तिथूनच रामराम ठोकला होता. उद्धव आता ओढ्याच्या वरच्या अंगानं सरकू लागला. काट्याकुट्यातून वाट काढीत पायाखालच्या विंचवांना चुकवीत, आजूबाजूच्या वेलींचा अंदाजानंच आधार घेत उद्धव ओढ्याच्या वरच्या बाजूला जाऊन पोहोचला. कातळावरच्या निसरड्यावरून कसरत करीत तो पुन्हा ओढ्याच्या पलीकडच्या अंगानं चालत खाली येऊ लागला. सूर्य दिसत नव्हता; पण उद्धवला माहीत होतं की दरवर्षी एवढं चालायला तीन तास तरी लागायचेच.

मळ्यातल्या ओल्या मातीतून चालता चालता त्यानं आजूबाजूला पाहिलं. सगळं आसमंत झिरझिरणाऱ्या पावसाची चादर ओढून निपचित पडलं होतं.

मळ्याच्या टोकाला असलेल्या मांगराच्या पडवीत तो पोहोचला तेव्हा तिथं कुणीच नव्हतं. गोखलेअण्णा बहुधा आजचं काम आटपून घरी गेले होते. तो पडवीपर्यंत गेला. कुणी असेल या आशेनं.

पडवीतल्या खांबाजवळ गोखलेअण्णांनी लिहून ठेवलं होतं.

''रेशन आलेलं नाही. केव्हा येईल माहीत नाही.''

रेशनचा प्रश्न मिटला होता.

त्यामुळे ते दळून घेण्याचाही आता त्रास नव्हता.

उद्धवला त्या विचारानं खूपच हुरूप आला.

त्यानं उपळ्याच्या दिशेनं वाटचाल सुरू केली. वाटेतल्या ओढ्यांना आणि दगडांना चुकवीत वरून तडतडत पडणाऱ्या पावसाच्या थेंबांना तोंड देत तो किती वेळ चालत होता ते न कळे! वेळ कळत नव्हती. सूर्य दिसत नव्हता. संध्याकाळपर्यंत प्रिंदावणला परतायचं होतं.

उद्धव झपाझप पावलं टाकीत निघाला. उपळ्यातल्या काळेवाडीत तो जाऊन पोहोचला तेव्हा पोस्टमास्तर कानविंदे पोस्टाच्या दिशेकडूनच परत येत होते. त्यांनी उद्धवला ओळखलं व म्हटलं,

''अरे उद्धवा! इतक्या उशिरा?''

''शेखरची मनिऑर्डर आलीय का बघायला आल्तो.'' उद्धव म्हणाला.

''आली असेल'' कानविंदे त्रयस्थासारखं म्हणाले.

''आली असेल?'' उद्धवनं न उमजून विचारलं.

''अरे आली असेल खारेपाटणात. पंधरा-वीस दिवसांत रनरच नाही आलेला

उपळ्यात.''

''मग तुम्ही नाही गेलात ते खारेपाटणात?''

''मी? मी कसा जाणार? पोस्ट बंद ठेवून मला कुठे जाता येत नाही बाबा'' कानविंदे म्हणाले.

''बंद ठेवून म्हणजे? पोस्टात काही नाहीच तर बंद ठेवायचा प्रश्नच कुठे येतो कानविंदे साहेब?'' उद्धव म्हणाला.

''ते खरं रे, पण मी खारेपाटणात गेलो तर पी. एम. माझ्याच अंगावर येईल त्याचं काय?''

''थोडक्यात म्हणजे.''

''थोडक्यात म्हणजे तुझी मनिऑर्डर नाही आणि बाकी काही कार्डंपाकिटं हवी असली तरी तिही नाहीत आज.''

कानविंदे अखेरचं बोलल्यासारखं म्हणाले आणि धोतराचा सोगा आणखीनच वर ओढीत चालू लागले.

उद्धवनंही मग आपला मोर्चा वळवला. मनिऑर्डर मिळाली नाही याचं दुःख करायला वेळ नव्हता. शिवाय ओढ्याचं पाणी कमी झालेलं नसलं तर पुन्हा एकदा वरच्या अंगाला कातळापर्यंत जाऊन पलीकडून खालच्या अंगाला उतरायचं होतं.

उद्धव ओढ्याजवळ आला तेव्हा पाणी खूपच उतरलं होतं. आजच्या दिवसात आनंदाचा हा दुसरा दिवस होता. रेशन दळून आणायची खेप वाचली तेव्हाही त्याला असाच आनंद झाला होता.

ओढ्यात उतरून, संभाळून संभाळून पलीकडे जाईपर्यंत काळोख वाढत होता. उंचउंच झाडांच्या पानापानात दिसणारे ढगांचे व आकाशाचे तुकडे हळूहळू काळोखात नष्ट होत होते.

झोपाळ्यावर कंदील ठेवून आई दारातच उभी होती.

''ये बाबा, किती हा उशीर?'' ती म्हणाली.

''चहा कर थोडा'' उद्धव म्हणाला.

''रेशन मिळाले दिसत नाहीये.''

''मनिऑर्डर पण आलेली नाही कानविंद्या म्हणत होता, खारेपाटणाला आली असेल म्हणून.''

''हं'' आईनं सुस्कारा सोडला अन् ती चहा करायला आत गेली.

फळीवरचा रेडिओ काढून उद्धवने तो चालू केला. ''महाराष्ट्रातल्या सगळ्या गावांना वीजपुरवठा करण्याचे काम पूर्ण झालेलं आहे. सगळीकडे यावर्षी आरोग्यसेवकाची नेमणूक

झालेली आहे आणि कोकणातल्या दुर्गम आणि एकाकी गावातही यावर्षी सर्वत्र रस्ते तयार करून, लहानमोठ्या नद्यांवर पूल बांधून गावाच्या विकासाची कामे पूर्ण करण्यात आली आहेत, असेही माननीय मंत्र्यांनी पत्रकारांना सांगितले. ते पुढं असेही म्हणाले की, हे सर्व शक्य झालं ते प्रादेशिक विकास मंडळाच्या स्थापनेमुळेचं...''

''हे पुढारी, मंत्री आणि नेते नुसत्या थापा मारताहेत. हे या दुर्गम भागाचा कसला विकास करणार? इथली माणसं अशीच रडतखडत जगणार आणि शेवटी मरून जाणार!''

उद्धवने अतीव तिरस्काराने आणि निराशेने रेडिओ बंद करून टाकला.

दुसऱ्या दिवशी संध्याकाळी पाचच्या सुमारास घराबाहेरच्या अंगणापलीकडे एक चार चाकी गाडी उभी राहिल्याचा आवाज झाला. उद्धव पटकन आतल्या खोलीतून बाहेर आला आणि दारातच उभं राहून पाहू लागला.

गाडीतून एक पुढारी वाटावा असा माणूस, त्याचा एक सेक्रेटरी, गाडीचा ड्रायव्हर आणि उद्धवच्याच गावातला म्हातारा सावंत तलाठी खाली उतरला. सगळे अंगणात येऊन थांबले. पुढारी घराकडे बघत म्हणाला,

''घर अगदीच पडकं दिसतंय!''

''होय साहेब! पण ह्या उरलेल्या चार भिंती पाडून टाकता येतील. आजूबाजूला याच घरमालकाची सात गुंठे जागा आहे. ती आणि घराची जागा सगळं तुमच्या नावावर करतो साहेब'' तलाठी सांगत होता.

''ते मी करून घेईनच, सावंत.''

''होय साहेब'' सावंत म्हणाला. सावंत आता बराच म्हातारा झालेला दिसत होता. ऐंशीच्या पुढे वय गेलं होतं त्याचं.

''बाकी काही दोष नाही ना जागेत?'' पुढाऱ्यानं विचारलं.

''छे! छे! दोष कसला.'' सावंत म्हणाला पण तो काहीतरी लपवून ठेवत असावा असं वाटलं पुढाऱ्याला आणि त्याच्या सेक्रेटरीला.

''नाही, इतकी वर्षं घर बंद आहे म्हणतोस. मालकही पन्नास वर्षांपूर्वीच मेलाय म्हणतोस म्हणून विचारलं. काय नाव त्याचं?'' पुढाऱ्यानं विचारलं.

''उद्धव. उद्धव साने. थोडा चक्रमच होता-'' सावंत म्हणाला. या घराची विक्री करण्याचा सावंतने यापूर्वीही प्रयत्न केला होता; पण तो फसला होता. विकत घेणाऱ्याने दुसऱ्याच दिवशी घाबरून पळ काढला होता आणि सावंतकडून दिलेल्या रकमेच्या दामदुप्पट रक्कम वसूल केली होती!

ही घटना सावंतने पुढाऱ्याला सांगितली नव्हती.

उद्धव दरवाजातून बघत होता.

बोलत बोलत सगळेजण दारापर्यंत आले. दार उघडंच होतं. आत तुटक्या छपरातून सूर्यप्रकाश घरभर सांडला होता. सगळीकडे कोळीष्टकं पसरली होती. कुजलेल्या, सडलेल्या तुळया, पोखरलेले लाकडी खांब आणि केव्हाही कोसळतील अशा दिसणाऱ्या मातीच्या भिंती. ओसरीवर खूप झाडं वाढली होती. उघड्या दारातून उडत आलेला पालापाचोळा सगळीकडे पसरला होता.

पुढारी या खोटारड्या जमातीबद्दल उद्धवच्या मनात पहिल्यापासूनच चीड होती. त्यांच्या नाकर्तेपणामुळेच त्याचं जीवन उद्‌ध्वस्त झालं होतं. अन्नान्न दशा झाली होती. त्याची आई आणि तो याच घरात सत्तर-पंचाहत्तर वर्षांपूर्वी लौकिकदृष्ट्या संपले होते!

मात्र त्यानंतरही ते इथंच राहात होते. शेवटी घर होतं त्याचं ते!

पुढाऱ्यानं ते उद्‌ध्वस्त घर पुन्हा एकदा न्याहाळून बघितलं.

''ठीक आहे. घेऊन टाकू. नाहीतरी कोकणात एक चांगली प्रॉपर्टी करायचं आमच्या मनात आहेच.'' असं म्हणत त्यानं उघड्या दरवाजातल्या तुटक्या उंबरठ्यावरून आत पाय ठेवला आणि तो क्षणार्धात कळवळून ओरडत खाली कोसळला!

उद्धवने शेजारी पडलेल्या विटेचा जो तुकडा जिवाच्या आकांताने त्याच्या डोक्यात मारला होता तो चांगलाच वर्मी लागला होता.

सावंताच्या क्षणार्धात सगळं लक्षात आलं. तो तिथून जवळजवळ पळालाच. सेक्रेटरीच्या मदतीने ड्रायव्हरने पुढाऱ्याला गाडीपर्यंत ओढत आणून आत ढकललं.

''अरे बापरे. साहेब गेले वाटतं!'' सेक्रेटरी भीतीनं नखशिखान्त थरथरत होता. गाडी निघाली. उद्धवने त्या गाडीकडे बघितलं आणि तो आत वळला. आज त्याला खूपच आनंद झाला होता. आज पुन्हा एकदा त्यानं घराच्या विक्रीचा प्रयत्न हाणून पाडला होता. शेवटी ते घर त्याचं होतं. त्याचं स्वत:चं! पडकं असलं तरी!

१७

गावतळे

माधव पुन्हा एकदा त्याच्या आजोळी निघाला होता. पण या वेळी 'मामाच्या घरी भेट' एवढाच हेतू नव्हता त्याचा. त्याच्या आजोळच्या म्हणजे गावतळ्याच्या सड्यावर काही कातळ शिल्पे सापडल्याचा उल्लेख त्यानं एका वर्तमानपत्रात वाचला होता. खडकावर खोदून काढलेल्या त्या आकृत्या नेमक्या काय आहेत, ते बघण्याची प्रचंड उत्सुकता त्याला स्वस्थ बसू देत नव्हती.

गावतळ्याला जाण्यापूर्वी अशा तऱ्हेच्या पाषाणावर कोरलेल्या आकृत्या इतर कुठे आहेत, त्या किती जुन्या असाव्यात, त्या कोणी कोरल्या असाव्यात याविषयी बरीच माहिती त्यानं वाचून ठेवली होती. अजूनही या आकृत्यांबद्दल संशोधकांच्या मनात बऱ्याच शंका-कुशंका आणि संभ्रम होते.

माधव मामाकडे गेला आणि त्यानं त्या आकृत्यांबद्दल त्याला विचारलं. एवढ्या मोठ्या सड्यावर, नेमक्या या आकृत्यांपर्यंत जाणं तसं अवघडच होतं. आपल्या गावच्या सड्यावर असं काही आहे याची मामालाही कल्पना नव्हती.

''नानू धनगराला विचारूया. त्याला असेल माहीत.'' मामानं सुचवलं होतं. नानूचं घर आणि मांगर कुठे आहे ते मामाला माहीत होतं. मामाकडून माहिती घेऊन माधवने लगेच नानू धनगराच्या घराकडे मोर्चा वळवला.

अस्ताव्यस्त पसरलेल्या जांभा दगडाच्या त्या सड्यावर एका ठिकाणी एका उथळ पाणथळ भागाच्या आजूबाजूला, काही झाडं वाढल्यचं दिसत होतं. तिथंच नानूचं घर आहे असं मामा म्हणाला होता. माधवला ते लगेचच सापडलं. तो त्या घराजवळ पोचला तेव्हा नानू खळ्यातल्या बाजेवर विडी ओढत बसला होता. माधवला पाहून तो एकदम

पुढे आला.

“कोण व्हया?”

त्यानं विचारलं.

“नानू धनगर” माधव म्हणाला.

“म्याचं. काय काम असा?”

“खाडीकाठलो विद्याधर काळे माझो मामा. त्याना तुमका भेटूक सांगल्यानं” माधवनं सांगितलं.

“इद्याधर? मामा तुजो? ये, बस.”

त्यानंतर बराच वेळ नानू त्याच्या मामाचं कौतुक करत राहिला. तो कसा मदतीला धावून येतो. वेळोवेळी पैशांची गरज कशी भागवतो. मुलांच्या शिक्षणाला कसा हातभार लावतो हेच सगळं तो सांगत राहिला.

माधव कशासाठी त्याच्याकडे आलाय हे त्यानं त्याला सांगितलं. त्यावर मागच्याच महिन्यात मुंबईहून कोणी साहेब लोक आले होते. त्यांना नानूनं त्याच्या घरापासून फर्लांगभर अंतरावर दिसणारी कातळातील चित्रं आपण होऊन दाखवली होती, असं तो म्हणाला.

मुंबईहून आलेले ते लोक केवळ पाणी पिण्यासाठी नानूच्या घराजवळ थांबले होते, आणि बोलता बोलता त्या भकास, उजाड सड्यावरच्या कातळाबद्दल म्हणत होते की, इथे काही बघण्यासारखं नसतं. पावसाळ्यात नुसतं गवत आणि उन्हाळ्यात उघडाबोडका प्रदेश. त्यावेळी नानूनं आपणहून घराजवळ असलेली ती अनाकलनीय चित्रं त्यांना दाखवली होती आणि त्या लोकांनी तीच माहिती वर्तमानपत्रात दिली होती.

नानूला माधव आपणहून ती चित्रं बघायला आल्याचा खूप आनंद झालेला दिसत होता. तो माधवला घेऊन लगेचच त्या कातळाच्या भागाकडे निघाला.

जांभ्याच्या कातळाचा साधारणपणे दोन मीटर लांबी-रुंदीचा तुकडा त्या चित्रांसाठी वापरलेला दिसत होता. त्या तेवढ्या तुकड्यात अनेक चित्रविचित्र आकृत्या कोरलेल्या दिसत होत्या. त्यातून काहीही अर्थबोध होत नव्हता.

“काय समजताहा कि नाय?” नानूनं विचारलं.

“माका तर कायच समजत नाय हा.” माधव म्हणाला.

“मी सांगतंय. ह्या कायतरी माशासारखा दिसताहा. आणि हकडे बघ. माका हे सगळे साप दिसतहत.” नानू म्हणाला.

माधवनं निरखून पाहिलं. त्यालाही आता त्या चित्रात सापाच्या आणि माशांच्या आकृत्या दिसू लागल्या होत्या. माधव बराच वेळ त्या कातळ शिल्पाचं निरीक्षण करत होता. पण स्पष्टपणे काहीच ओळखता येत नव्हतं.

अशी चित्रं आणखी कुठे दिसताहेत का याचं माधवला कुतूहल होतंच. त्यानं नानूला त्याविषयी विचारलं.

‘‘ह्या बरा इचारलंस. ढीगान असत. पण लय फिराक व्हया.’’ नानू म्हणाला.

‘‘मी तयार असय.’’ माधवनं म्हटलं.

‘‘पण माझ्या घरात रव्हाक व्हया. रात्री उशीर झालो तर कसो जाणार घराक?’’

‘‘रव्हतय तुझ्या घरात. माका चालात. आज मामाक सांगून उद्या येतंय. चलात ना?’’ माधवनं विचारलं.

आणि मामाला सांगून दुसऱ्या दिवशी माधव नानू धनगराकडे रहायलाच आला. नानू खूश झाला. विद्याधरचा भाचा घरीच रहायला आला याचा नानूच्या बायकोलाही खूप आनंद झाला.

नानूला घेऊन माधव त्या दिवशी पुन्हा एकदा त्याच कातळाच्या तुकड्याजवळ गेला. त्यानं पुन्हा एकदा ती चित्रं निरखून पाहिली. जे मासे त्या चित्रात कोरलेले होते त्यांच्या तोंडाकडचा भाग एकाच दिशेकडे निर्देश करीत असल्यासारखा वाटला त्याला.

तो नानूला तसं म्हणालाही. नानू जी आणखी कातळातील चित्रं दाखवणार होता ती त्या दिशेला नव्हती; पण तरीही माधवला त्या दिशेनंच जायचं होतं.

दोघंही त्या दिशेनं चालू लागले. बरंच अंतर गेल्यावर एका विस्तीर्ण सड्यासारख्या भागापाशी ते आले. नानू थांबला आणि म्हणाला,

‘‘हयसर एक तळा असा. पौर्णिमेक दिसता.’’

‘‘म्हंजे?’’ माधवनं न उमजून म्हटलं.

‘‘सांगतय्.’’ असं म्हणत नानूनं जे सांगितलं ते सगळं मोठं विचित्र होतं. तो म्हणाला, त्या खड्ड्यासारख्या भागात एक मोठं तळं आहे. पण ते फक्त पौर्णिमेला रात्रीचं दिसतं. केवळ एवढंच नाही तर त्या कातळावर अशी अनेक तळी पसरलेली आहेत. त्यात पाणी फक्त पौर्णिमेच्या रात्रीच दिसतं. इतर वेळी तिथे पाण्याचा मागमूसही नसतो.

‘‘असा कसा असतला नानू? कायतरीच बोलतस्.’’ माधवनं त्यावर फारसा विश्वास न ठेवता म्हटलं.

‘‘दोन दिवसांनी पौर्णिमा हा. दाखवतंय तुका-’’ नानू म्हणाला.

पुढच्या दोन दिवसांत नानूनं त्या विस्तीर्ण कातळावर अनेक लहान मोठी कातळचित्रं माधवला दाखवली.

नानूला त्या कातळाचा कोपरान् कोपरा माहीत होत . त्याला कातळ चित्रांच्या नेमक्या जागाही माहीत होत्या. ती सगळी चित्रं म्हणजे माधवला सापडलेला एक खजिनाच होता. सगळ्याच चित्रांचे अर्थ लागत होते असं नाही; पण मासे, होड्या, नद्या, समुद्र

असं काहीतरी प्रत्येक कातळशिल्पात अस्पष्टपणे दिसत होतंच. माधवनं अशा तऱ्हेच्या चित्रांबद्दल जी माहिती वाचली होती त्याप्रमाणे ही सगळी चित्रं सहा-सात हजार वर्षं जुनी असावीत असा तज्ज्ञांचा अंदाज होता.

दोन दिवसांनी पौर्णिमेच्या रात्री दोघेही त्या खड्ड्यासारख्या भागाकडे गेले. समोरचं दृश्य बघून माधव अवाक् झाला.

कातळाच्या त्या खोलगट भागात एक स्वच्छ पाण्याचं एक विस्तीर्ण असं तळं दिसत होतं. फार खोल नसावं कारण तळभाग स्पष्टपणे दिसत होता. माधव न कळत त्या तळ्यातल्या पाण्याला स्पर्श करण्यासाठी पुढे झाला; पण त्याच्या हाताला पाणी जाणवलं नाही. तो आणखी पुढे गेला. पाणी त्याच्या आजूबाजूला दिसत होतं; पण त्याला ते जाणवत नव्हतं.

तो अनाकलनीय प्रकार बघून माधव हादरून गेला. पुढे जाण्याचं धाडस नव्हतं त्याच्यात. तो पटकन् वर आला.

नानू त्याच्याकडेच बघत होता.

''मी जावून इलय त्यांत. आत काय नाय. नुसता पाणी दिसता.'' तो थंडपणे म्हणाला.

माधव त्या प्रकाराने पूर्ण गोंधळून गेला होता. दुसऱ्या दिवशी नानूनं, पौर्णिमेच्या रात्री जिथे जिथे अशी तळी दिसतात ती ठिकाणं माधवला दाखवली. माधवला ती पहायची होती. पौर्णिमेच्या रात्री!

पुढच्या दोन दिवसांत माधवनं आधी पाहिलेली कातळचित्रं पुन्हा पाहिली. त्याला आश्चर्य वाटलं. प्रत्येक चित्रातले मासे, होड्या या जिथे तळी दिसतात असं नानू म्हणत होता त्या दिशेकडेच निर्देश करत होत्या!. काहीतरी गूढ संदेश नक्कीच होता त्या सगळ्या चित्रात; पण कसलाच उलगडा होत नव्हता.

पुढच्या पौर्णिमेला माधव पुन्हा एकदा नानूकडे आला. नानूनं त्या रात्री त्याला तशी खूपशी तळी दाखवली.

माधवला आश्चर्य वाटत होतं ते या गोष्टीचं की, इतर कुणाला हा प्रकार कसा माहीत नव्हता. लवकरच त्याचाही उलगडा झाला.

नानूनं हा प्रकार यापूर्वी कुणालाच सांगितला नव्हता. कारण त्याच्याकडे इतक्या रात्री रहायला असं आजपर्यंत कोणीच आलं नव्हतं. गावापासून त्याचं घरही तसं लांबच होतं. गावातले लोक त्याला ओळखत होते; पण त्याच्याविषयी फारशी माहिती कुणाला नव्हतीच.

मामालाही त्याच्या लहानपणापासून नानू धनगर तिथे रहातो हे माहीत होतं. त्या

क्षितिजापर्यंत पसरलेल्या विस्तीर्ण कातळावर नानू धनगराचं एकमेव घर अनेक वर्षं दिसत होतं. जणू तो त्या गावचा रखवालदारच होता.

माधव मुंबईला परतला पण त्याच्या डोक्यातून आजोळच्या कातळावरची ती चित्रं आणि पौर्णिमेच्या रात्री दिसणारी तळी अजिबात जात नव्हती. दिवसेंदिवस तो जास्तच अस्वस्थ होत होता. कुठेही लक्ष लागत नव्हतं. बघितलेला तळ्यांचा प्रकार कुणाला धड सांगताही येत नव्हता आणि त्या कातळावर चित्रं दिसली होती हे आधीच सगळ्यांना माहीत होतं. इतक्या मोठ्या संख्येनं या कातळावर अशी चित्रं विखुरलेली आहेत हे नव्हतं अनेकांना माहीत. ते तरी लोकांना कळावं म्हणून त्यानं वर्तमानपत्रात तशी बातमी छापून आणली.

ती वाचून काहीजण त्या भागात जाऊन आल्याचंही त्याला महिनाभरातच कळलं. पण त्यांना तिथे तसं काहीच दिसलं नव्हतं. कातळचित्रंही नव्हती तिथे. चुकीची बातमी दिली म्हणून खूप टीकाही झाली त्यावर.

शेवटी न राहवून माधव पुन्हा एकदा गावतळ्याला गेला. मामाला भेटण्यापूर्वी आधीच नानूच्या त्या झाडांत दडलेल्या कातळावरच्या घरी गेला.

नानू खळ्यातल्या बाजेवर बसला होता.

माधवला बघून तो म्हणाला,

"ये. बस. माका माहीत होता. तू येतलस म्हणून."

"ता कसा काय?" माधवनं विचारलं.

"तू पेपरात छापून हाडलस आणि लोक येवक्र लागले ना-"

"मग?"

"मग काय? असली कातळावरची चित्रा वगैरे हयसर काय नाय म्हणून दिली धाडून परत." तो म्हणाला.

त्याला माधवनं केलेला उद्योग अजिबात आवडला नव्हता.

"तुका दाखवलंय हीच चूक झाली."

"असा कित्याक म्हणतंस?" माधवनं विचारलं.

"माका आता जमत नाय. तूच बग काय ता" असं म्हणत बाजेवरून उठून तो आत गेला. बाहेर येऊन म्हणाला,

"मी तुझ्या मामाक सांगून इलय. माझो झिलगो हा मुंबैत. तो येत दोन दिवसात. तोच रव्हतलो हयसर आता."

"तुझो झिलगो?"

"म्हंजे तूच रे पोरा! आज पौर्णिमा हा ना? चल तुका एक तळा दाखवतंय." असं

म्हणत जवळजवळ ओढतच तो एका नवीन तळ्यापाशी माधवला घेऊन गेला.

माधव पाण्यात उतरण्याची अनिवार इच्छा टाळू शकला नाही. तो पाण्यात उतरत असताना, नानू सांगत होता,

''या गावात इतकी सगळी तळी असत म्हणून याचा नांव गावतळा; आणि मी याचो रखवालदार. आणि आता तू-''

माधवनं चमकून मागे पाहिलं. नानू तिथं नव्हता! माधव पाणी नसलेल्या त्या तळ्यात जाऊन वर आला, आणि नानूच्या घरी परतला. नानूची बायकोही आसपास कुठे दिसत नव्हती.

माधवला आता तिथेच रहायचं होतं.

गावचा रखवालदार आणि नानूचा मुंबईचा मुलगा म्हणून.

माधव समाधानानं हसला आणि खळ्यातल्या बाजेवर जाऊन बसला.

गावातले लोक आजकाल अधूनमधून म्हणतात की नानूचा मुलगा विद्याधरच्या भाच्यासारखाच दिसतो म्हणून.

१८

कुंभीचा डोंगर

कुंभीचा डोंगर हे खरं म्हणजे एक लहानसं वाळूचं टेकाड होतं. आजूबाजूच्या सपाट शेतजमिनीवर एकलकोंड्यासारखा उभा असलेला तो उंचवटा कुणाचंही लक्ष वेधून घ्यायचा. किनाऱ्यावरचं लहानसं कुंभी गाव ओळखता यायचं तेही या डोंगरामुळेच.

कुंभीचा समुद्रकिनारा केवळ नकाशावर बघूनच अतीव सुंदर असावा याची मला खात्री होती. तो बघण्यासाठी मी श्रीरंग बरोबर तिकडेच निघालो होतो.

कुंभीच्या अलीकडचा घाट ओलांडून खाली आलो आणि समोर पसरलेल्या लांबरुंद अशा विस्तीर्ण सपाट प्रदेशाच्या दर्शनानं मी अवाक्‌च झालो. गाडी थांबवून दोघेही बाहेर आलो.

"वाव! काय जबरदस्त सपाट प्रदेश आहे." श्रीरंग उत्स्फूर्तपणे म्हणाला. माझ्यासारखीच, त्याच्याही मनाची पकड त्या प्रदेशानं घेतली होती.

"खरंच केवळ विलक्षण" मी म्हटलं. हिरव्या रंगाचे लहान-मोठ्या आकाराचे शेतजमिनीचे तुकडे, पिवळ्याधमक फुलांचे सर्वत्र पसरलेले ताटवे आणि सगळ्या सपाटीवर मध्येच उठून दिसणारा एक उंचवटा. मला आश्चर्यच वाटलं.

"श्रीरंगा, तुला तो उंचवटा दिसतोय?" मी म्हटलं.

"हो. काहीतरी वेगळाच प्रकार वाटतोय नाही?" श्रीरंग म्हणाला.

मी काही न बोलता त्या उंचवट्याच्या दिशेनंच पहात होतो. माझ्या मनात चाललेले विचार श्रीरंगाच्या लक्षात आले होते बहुधा.

"हे बघ. आता तिथे जायचं नाहीये. पाच वाजत

आलेत. पहिलं किनाऱ्यावर जाऊ, आणि सूर्यास्तानंतर फडणीस काकांच्या घरी जाऊ. ते वाट बघत असतील. कळवलं आहेस ना त्यांना?'' श्रीरंगानं विचारलं.

''आपण किनाऱ्यावर उद्या जाणारंच आहोत की; आज आत्ता मात्र त्या टेकाडाचाच शोध घेऊ. चल-'' मी श्रीरंगाला ढकलतच गाडीत बसवलं.

''अरे पण-''

''पण नाही आणि परंतु नाही. बस गाडीत.'' मी म्हटलं.

श्रीरंगाला माझा हट्टी स्वभाव पुरता माहीत होता.

''आपण असं करू. रस्त्यानं शक्य तेवढं त्या टेकाडाच्या जवळ जाऊ. जवळपास गाडी लावून, थोडं चालत जाऊन, बघून तर येऊ काय प्रकार आहे तो -'' मी म्हटलं.

''प्रकार कसला? साधा उंचवटा तर दिसतोय.'' श्रीरंग म्हणाला.

''नाही रे. एवढ्या मोठ्या सपाट भागात हा असा एकटा उंचवटा- जरा विचित्र नाही वाटत तुला?'' मी विचारलं.

''मला तर काही वेगळं आणि विशेष नाही वाटत; पण तू म्हणतोयस तर चल येऊया बघून.'' श्रीरंगानं म्हटलं.

दोन-तीन किलोमीटर पुढं गेल्यावर तो उंचवटा स्पष्ट दिसू लागला. तो वाळूचा ढिगारा असावा, असं वाटलं. श्रीरंग तसं म्हणालाही.

''वाळूचा ढीग दिसतोय. काही नको जायला.'' त्यानं म्हटलं.

पण मी त्याच्या बोलण्याकडे दुर्लक्ष केलं. एका भल्यामोठ्या पिंपळाच्या झाडाजवळ गाडी थांबवली आणि म्हटलं, ''चल. बघूया.''

मी झपाझप चालत त्या उंचवट्याच्या दिशेनं निघालो.

''तू चल पुढे. मी येतोच आहे.'' श्रीरंग म्हणाला.

थोड्या वेळानं मी मागे वळून पाहिलं.

श्रीरंग बराच मागे होता.

मी खूपच पुढे आलो होतो.

मी त्याच्याकडे बघून हात हलवला आणि पुढे निघालो. मला वाटलं होतं त्यापेक्षा त्या टेकडापर्यंतचं अंतर बरंच जास्त होतं. शेतातला मातीचा रस्ता, लहान लहान कोरडे नाले, झाडंझुडपं यातून वाट काढत मी पुढे सरकत होतो.

सूर्य आता अस्ताला चालला होता. लवकरच काळोख दाटून येणार होता. त्याआधी त्या उंचवट्याच्या जवळ जायलाच हवं होतं. मी आणखी भराभर चालू लागलो.

मी जसा पुढे सरकत होतो तसा तो उंचवटा उंच टेकडासारखा दिसत होता; पण पायाखालची वाट काही संपत नव्हती. आता आसमंतात काळोख भरू लागला होता.

मी मागे वळून पाहिलं. श्रीरंग कुठे दिसत न्व्हता. रस्त्यावरची गाडीही दिसत नव्हती. मी थोडा धास्तावलो होतो. परत गाडीकडे जाण्याशिवाय गत्यंतर नव्हतं.

मी निराश होऊन वळलो. वळता वळता त्या टेकडाकडे नजर टाकली. तिथं एक बारीक दिवा मिणमिणताना दिसत होता! मी क्षणभर थांबलो. 'दिवा दिसतोय म्हणजे तिथं कुणीतरी रहात असेल,' असा विचार करून मी परत फिरलो.

कातरवेळच्या अंधूक प्रकाशात आजूबाजूचा आणि आलो त्या वाटेचा शोध घेत मी रस्त्याजवळ आलो. श्रीरंग गाडीतच होता.

''काय रे, पुढे नाही आलास.'' मी म्हटलं.

''कशाला?'' त्यानं तिऱ्हाइतासारखं विचारलं.

''म्हणजे? आपण निघालो होतो ना टेकडीकडे?''

''तू आलास ना जाऊन? काय दिसलं? वाळूची टेकडीच ना?''

''काळोखामुळे नीट काही नाही दिसलं. एक दिवा दिसला मिणमिणताना. लांबूनच बघितला.''

''चला आता.'' तो तुटकपणे म्हणाला.

आम्ही फडणीसांच्या घराजवळ गाडी लावून खाली उतरलो तेव्हा खूपच काळोख पडला होता. कुंभी गावात बहुधा दहा-बाराचं घरं असावीत. पसरलेली. दूर-दूर. कुठल्याही घरातलं माणसांचं अस्तित्व जाणवत नव्हतं. घरातल्या मंद गूढ प्रकाशाचे दिवे गडद काळोखाच्या पार्श्वभूमीवर ठिपक्यांसारखे दिसत होते.

''काय रे आलात का? किती हा उशीर?'' गाडीचा आवाज ऐकून अंगणात आलेल्या फडणीस काकांनी विचारलं.

''आलो आलो-'' मी पुढे येत म्हटलं.

हातातल्या सॅक पडवीवर ठेवत आम्ही झोपळ्यावर बसलो. तेवढ्यात फडणीस काकूही गूळपाणी घेऊन बाहेर आल्या. त्यांना मी पहिल्यांदाच बघत होतो. फडणीस काका माझ्या वडिलांबरोबर बरेच वेळा घरी आले होते. त्यामुळे त्यांना मी ओळखत होतो.

माझी ओळख काकांनी याआधीच काकूंना करून दिली होती. ती दोघंही प्रश्नार्थक मुद्रेनं श्रीरंगकडे बघत होती.

''हा माझा मित्र. श्रीरंग सोमण-'' मी त्यांना श्रीरंगची ओळख करून दिली.

''श्रीरंग, कोण म्हणालास?'' काकांनी विचारलं.

''सोमण. श्रीरंग सोमण-'' मी खुलासा केला.

काका काही वेळ त्याच्याकडे निरखून बघत होते.

"का हो काका? असं का विचारलंत? ओळखता की काय या आमच्या चक्रम डोक्याच्या मित्राला?" मी हसत हसत श्रीरंगकडे बघत म्हटलं. तो ही थोडा भांबावल्यासारखा दिसत होता. "दोन वर्षांपूर्वीच भेटला मला. कुंभी गाव त्याला माहीत आहे, असं म्हणत होता." मी म्हटलं.

"मला वाटलं श्रीरंग कुंभोजकर. अगदी तसाच दिसतोय ना?" काकांनी काकूंकडे बघत म्हटलं.

"दिसतोय खरा. पण कुंभोजकरांचा श्रीरंग तर..." काकूंनी वाक्यं अर्धवट सोडलं.

"हा कोण श्रीरंग कुंभोजकर? आणि त्याचं काय?" मी न उमजून विचारलं.

"काही नाही रे. अशी एकासारखी एक दिसणारी किती माणसं असतात. तुम्ही हात-पाय धुवून घ्या. लगेच जेवून घेऊ आणि मग गप्पा मारू; नाहीतर दमला असलात तर उद्या बोलू." काकांनी समारोप केला.

जेवण झाल्यावर खरंच डोळे मिटायला लागले होते. मी फडणीस काकांना, "आता झोपूया. उद्या बोलू." असं म्हणणारच होतो एवढ्यात श्रीरंग म्हणाला,

"काकांना विचारूया ना तो कुंभोजकर कोण आणि त्याचं काय ते -"

"नको रे आता. जाम झोप येतेय." मी.

"तुला येतेय झोप. पण मला ते कळल्याशिवाय झोप लागेल असं नाही वाटत." श्रीरंग म्हणाला.

आम्ही बाहेरच्या अंगणातल्या बाजेवर बसून बोलत होतो. आतून सुपारी घेऊन फडणीस काकाही तिथे आले.

"काका, काकू मघाशी कोणाबद्दल बोलत होत्या? कुंभोजकरांचा श्रीरंग म्हणाल्याना त्या?" मी विचारलं.

"सांगतो. मोठं विलक्षणच आहे ते सगळं." असं म्हणत त्यांनी श्रीरंग कुंभोजकर या कुंभीतल्या तरुणाबद्दलची हकीकत सांगितली.

कुंभीतल्या वीस-पंचवीस घरातलं एक घर होतं तात्या कुंभोजकरांचं. गेली अनेक वर्षं ते कुंभीत रहात होते. दोन मुली, बायको आणि मोठा मुलगा श्रीरंग एवढंच कुटुंब. वडिलोपार्जित श्रीमंती आणि तालुक्याच्या ठिकाणी एका मोठ्या व्यापाऱ्याकडे हिशेबाचे व्यवहार बघण्याची भरपूर पैशांची नोकरी यावर त्यांचं कुटुंब अगदी समाधानी होतं. श्रीरंग तालुक्याच्या ठिकाणीच पाच-सहा वर्षांपूर्वी बी.एस्सी. झाला होता.

त्याच्यासाठी नोकरीचा शोध आणि एका मुलीच्या वरसंशोधनाची मोहीमही सुरू झाली होती; आणि एका संध्याकाळी श्रीरंग गावातून अचानक नाहीसा झाला. कुठे गेला, कसा गेला, कुणी पळवला का, कशाच्या मागे गेला का काही म्हणजे काही कळेना.

कुंभोजकर कुटुंब उन्मळून पडलं. श्रीरंगच्या शोधाचे सगळे प्रयत्न असफल झाले आणि वर्षभरातच कुंभोजकरांनी कुंभी गाव सोडलं. कुणालाही न सांगता. ते कुठे गेले ते अजूनही कुणाला कळलेलं नव्हतं.

"तुझा हा मित्र अगदी तसाच, त्या श्रीरंगसारखाच दिसतो रे. म्हणून काकू म्हणाली तसं-" काका म्हणाले. आम्ही श्रीरंगकडे बघितलं. तो शून्यात नजर लावून सगळं ऐकत होता.

"मी बघत होतो येताना. पण घर काळोखात ओळखलंच नाही-" तो पुटपुटला.

"कुणाचं घर, श्रीरंग?" मी विचारलं.

"माझं. कुंभोजकरांचं -" त्यानं सांगितलं आणि मी आणि फडणीसकाका अक्षरशः हादरून गेलो.

"काय?" मी जवळजवळ ओरडलोच. ते ऐकून काकूही बाहेर आल्या.

"काकू, हा म्हणतोय की तो कुंभोजकरांचा श्रीरंग आहे!" मी काकूंच्याजवळ जात थरथरत म्हटलं.

"मला वाटलंच होतं!" काकू म्हणाल्या.

"अगं तुला कसं वाटलं? काहीतरीच काय?" फडणीसकाका म्हणाले.

"माहीत नाही. पण तो, तोच वाटला मला." काकू म्हणाल्या.

"श्रीरंगा-" काही न उमजून मी म्हटलं.

"असं आहे तर सगळं! चला झोपूया." एखाद्या रहस्याचा उलगडा झाल्यासारखं श्रीरंग म्हणाला.

"अरे पण -" मी म्हटलं.

"चल. उद्या बघू. चला काका-काकू. तुम्हीही झोपा आता. काकू, उद्या गवतीचहा हवा बरं का."

श्रीरंग म्हणाला आणि काकू एकदम खालीच बसल्या. कुंभोजकरांचा श्रीरंग त्यांच्या घरी आला की नेहमी गवतीचहाची मागणी करायचा! काकूंच्या हातचा गवतीचहा त्याला खूप आवडायचा.

काकांनी हातांनीच सगळ्यांना खूण केली आणि आम्ही झोपण्यासाठी घरात आलो. सगळ्या आसमंतात एक प्रकारची नीरव अशी भयाण शांतता होती. आकाशात चंद्रही नव्हता. सगळीकडे गूढ काळोखाचं साम्राज्य पसरलं होतं.

रात्री झोप लागली पण ती थकून गेल्यामुळे. श्रीरंग शांत झोपलेला दिसत होता. काका-काकू जागेच होते बहुधा. बराच वेळ त्यांच्या बोलण्याचा आवाज आतून ऐकू येत होता.

सकाळी जागा झालो तो थोडा धास्तावलेल्या अवस्थेतच. श्रीरंग माझ्या आधीच उठला होता. झोपाळ्यावर बसून काकूंनी दिलेला गवतीचहा पीत तो म्हणाला,

''काय काकू? गवतीचहा? तुम्ही नेहमीच घेता का?''

''अरे तूच तर म्हणालास ना काल रात्री, तुला गवतीचहा हवाय म्हणून?'' काकुंनी विचारलं.

''मी? मी कसं सांगेन काकू? तुमची माझी एवढी ओळख तरी कुठे आहे?'' त्याच्या बोलण्यावरून मला कळत होतं की हा श्रीरंग माझा मित्र आहे. श्रीरंग सोमण. कुंभोजकरांचा श्रीरंग हा नव्हे!

आम्ही सुटकेचा निश्वास सोडला. या सगळ्या प्रकारात दिवसभरात मी कुंभीच्या टेकडीचा कालचा प्रकार पूर्णपणे विसरून गेलो होतो.

संध्याकाळी गप्पांच्या ओघात, काकांना मी आदल्या दिवशीचा प्रकार सांगितला.

''साधा वाळूचा डोंगर आहे रे तो. काही नाही तिथे. मी बघितलंय एक-दोनदा. पण लांबूनच. तिथे कसा दिसेल तुला मिणमिणता दिवा? काहीतरी दृष्टीभ्रम असेल झालं-'' असं म्हणत काकांनी विषयांतर करण्याचा प्रयत्न केला.

''चल आज जाऊ पुन्हा एकदा संध्याकाळी.'' श्रीरंगाने माझ्याकडे बघत म्हटलं. मला माहीत आहे तुला तिथे का जायचंय ते.'' तो पुढे म्हणाला.

''ह्याला कशाला जायचंय तिथे?'' काकांनी विचारलं.

''अहो काका. हा मोठा संशोधक आहे ना? असं काही जगावेगळं दिसलं की नेहमीच त्याला त्याचा पिच्छा पुरवायला आवडतं.'' तो काकांकडे बघत म्हणाला.

मलाही ते हवंच होतं. मी लगेच होकार भरला आणि संध्याकाळी थोडे लवकरच आम्ही दोघे त्या टेकडीच्या दिशेने निघालो.

गावातून चालत जाताना एका बंद घराजवळ श्रीरंग अचानक थांबला. घराच्या आजूबाजूला आणि छपरावर पालापाचोळ्याचा अक्षरश: ढीग जमला होता. खिडक्यांचे गज काळेकुट्ट झाले होते. मुख्य दरवाजा कोळिष्टकांनी झाकून गेला होता.

श्रीरंग त्या घराकडे बोट दाखवत पुटपुटला.

''माझं घर-'' मला त्याच्याकडे बघवत नव्हतं. त्याचा हात घट्ट धरत मी म्हटलं,

''श्रीरंगा, चल, आपल्याला जायचंय ना टेकडीकडे-''

''हो चल. मी दाखवतो तुला ती जागा. या घरातल्या कुणालाच ती कळली नाही रे. मी तिथेच तर होतो इतकी वर्षं!'' श्रीरंगाचं बोलणं ऐकून मी नखशिखान्त हादरून गेलो.

मी काही बोलण्यापूर्वीच माझा हात धरून ओढतच मला त्या सपाट मोकळ्या प्रदेशातल्या टेकाडाकडे तो घेऊन निघाला. मी काल जिथे गाडी लावली होती तिथल्या

भल्या मोठ्या पिंपळाच्या झाडाजवळ त्यानं मला थांबवलं.

''काल तू पुढे गेलास. पण मी मात्र इथंच जखडून गेलो. या आधीही मी त्या संध्याकाळी इथंच असाच जायबंदी झालो होतो. घरी जाण्याची खूप धडपड केली; पण नाही जाऊ शकलो. इथून तुझ्यासारखा टेकडीकडेच गेलो. कुणाच्या तरी मागोमाग. काल तू नेत होतास तसाच.'' श्रीरंग म्हणाला.

''पण तू तर काल नव्हतास माझ्यामागे'' मी म्हटलं.

''होतो. तुझ्या पुढं जाऊन मीच तुझ्यासाठी त्या टेकडीजवळ दिवा लावला.'' श्रीरंगाचं बोलणं माझ्या आकलनशक्तीच्या पलीकडचं होतं.

''चल. आज पुन्हा जाऊ-'' असं म्हणत त्यानं मला चलण्याची खूण केली आणि मी भारून गेल्यासारखा त्याच्या मागे झपाझप चालत त्या उंचवट्याकडे ओढला जाऊ लागलो.

सूर्य केव्हाच मावळला होता. अंधाराचा पडदा आसमंतात हळूहळू ताणला जात होता. मी बराच वेळ श्रीरंगाच्या मागून चालत होतो.

हळूहळू तो उंचवटा अगदी जवळ येऊन पोचला. तो निश्चितच वाळूचा एक प्रचंड ढिगारा होता. जवळ गेल्यावर कळलं की ती खूपच उंच अशी वाळूची टेकडी होती.

श्रीरंग त्या ढिगाऱ्याजवळ गेला अन् म्हणाला,

''चल, आत जाऊ.'' मला त्या ढिगात एक अरुंद दरवाजा दिसत होता. मी नकळतपणे आत प्रवेश केला.

दरवाजाच्या आत सगळीकडे वाळूच होती. पण त्या वाळूत एखादं गाव असावं असं काहीसं दिसत होतं. मी काही न बोलता श्रीरंगाच्या मागून पुढे जात होतो.

माझ्या आजूबाजूला घरांचे चौथरे, पडलेल्या भिंतींचे अवशेष, फुटलेली मडकी, अशा वस्तू वाळूच्या थराखाली दडलेल्या दिसत होत्या. त्यातून वाट काढत श्रीरंग खूप पुढे जाऊन थांबला आणि मला येण्याची खूण करू लागला.

मी अनेक वेळा उत्खननात अशा गोष्टी बघितल्या होत्या. त्यामुळे मला त्याचं आश्चर्य वाटत नव्हतं. बाहेरून एवढासा दिसणारा तो उंचवटा आतून एवढा मोठा होता हे मात्र काही बुद्धीला पटत नव्हतं.

श्रीरंग उभा होता तिथे मी गेलो आणि मला आश्चर्याचा धक्काच बसला. वाळूत खोदलेला एक जिना तिथून त्या उंचवट्याच्या वरच्या भागात जात होता.

''ये. वर जाऊ'' श्रीरंग म्हणाला.

मी त्याच्याबरोबर वर गेलो आणि समोरचं दृश्य बघून अक्षरश: हादरून गेलो. सगळीकडे मानवी शरीरांचे अनेक सांगाडे पसरले होते. वृद्ध आणि मध्यमवयीन

व्यक्तिंप्रमाणेच लहान मुलांच्या शरीरांचे ते सांगाडे बघून मला गलबलून आलं. वाळूच्या सर्वत्र पसरलेल्या थरातून ते सांगाडे कुठे पूर्णपणे तर कुठे अर्धवट उघडे पडले होते.

‘‘श्रीरंगा, अरे हा काय प्रकार आहे?’’ मी श्रीरंगला म्हटलं.

‘‘ये माझ्या मागून -’’ तो म्हणाला आणि थोडं पुढे जाऊन पुन्हा एकदा थांबला. तिथेही वाळूच्या त्या उंचवट्यात वर जाणाऱ्या काही पायऱ्या होत्या.

मी पायऱ्या चढून वर आलो, समोर एक प्रशस्त दिवाणखान्यासारखी खोली होती. सगळीकडे वाळूचं साम्राज्य होतं. त्यातून वाट काढत आणखी पुढे गेलो.

दिवाणखान्यातल्या एका कोपऱ्यात काही माणसं बसली होती. कृश झालेली. खंगलेली. हाता-पायांच्या काड्या झालेली. आम्हाला बघून ती उभं राहण्याचा प्रयत्न करत होती; पण त्यांना ते जमत नव्हतं. मला त्यांच्याकडे बघणंही असह्य होत होतं.

‘‘कुंभी गावातली त्या दिवशी पिंपळाच्या झाडाजवळून माझ्याबरोबरच आलेली ही काही माणसं.’’ श्रीरंगने मला म्हटलं.

‘‘म्हणजे?’’

‘‘म्हणजे मलाही माहीत नाही. मला ती सगळी इथेच भेटली. पण आम्ही सगळे एकाच वेळी इथे आलो बहुतेक.’’

माझ्या मनावर भयाचं एक दाट अनामिक सावट पसरू लागलं.

‘‘चल, तिकडे जाऊया.’’ असं म्हणत तो त्या वाळूनं जिथे तिथे भरून गेलेल्या दिवाणखान्याच्या दुसऱ्या टोकाकडे निघाला. तिथंही दोन-चार माणसं भकास नजरेनं एकमेकांकडे बघत बसली होती. आमच्या तिथे येण्याची त्यांनी फारशी दखल घेतली नाही.

‘‘हे माझे बाबा, आई आणि दोघी बहिणी!’’ माझ्याकडे थंड नजरेनं बघत श्रीरंग म्हणाला.

‘‘काय?’’ मी ते ऐकून ओरडलोच.

‘‘हो. मीच आणलं त्यांना इथे. मी हरवल्यापासून सगळे अगदी सैरभैर होऊन माझा शोध घेत होते. मी लक्ष ठेवूनच होतो. एकदा पिंपळाखालच्या रस्त्यानं जाताना सगळीजणं सापडली आणि आलो घेऊन सगळ्यांना इथेच!’’

‘‘अरे पण तू-’’ मी कसंतरी पुटपुटलो.

‘‘चल-’’ तो म्हणाला आणि मी पुन्हा एकदा त्याच्यामागून नकळतपणे चालू लागलो. कोपऱ्यातल्या वाळूच्या ढिगाऱ्यात खोदलेल्या जिन्याकडे बघत त्यानं मला वर जाण्याची खूण केली. मी जिना चढू लागलो. खालच्या पायरीवर श्रीरंग उभा होता. त्यानं वर येण्यासाठी वरच्या पायरीवर पाय ठेवलेला बघून मी वर निघालो.

मनावरच्या सततच्या दडपणामुळे मी त्या उंचवट्याच्या माथ्यावर येऊन पडल्याचं माझ्या लक्षातच आलं नाही. थोडा भानावर आलो तेव्हा कळलं. मी तिथं एकटाच होतो. वाळूच्या ढिगाऱ्यावर उभा होतो. श्रीरंग कुठेही दिसत नव्हता. उंचवट्यावरची वाळू वाऱ्यानं इकडेतिकडे उडत होती.

मी वेड्यासारखी त्या उंचवट्यावरची वाळू खोदून काही वाट वगैरे दिसते का त्याचा शोध घेत होतो; पण तसं काही तिथं नव्हतंच. तो आजूबाजूच्या सपाट प्रदेशात असलेला वाळूचा नुसता ढीग होता.

मी बराच वेळ विमनस्कपणे त्या ढीगावर बसून होतो. पहाट होऊ लागली होती. सगळा आसमंत सकाळच्या प्रसन्न प्रकाशात हळूहळू स्पष्ट दिसू लागला होता. मी वाळूचा तो विलक्षण उंचवटा उतरून खाली आलो.

श्रीरंगला मी असाच सोडून देऊ शकत नव्हतो. त्याचा शोध घ्यायलाच हवा होता. पण त्या क्षणी मी काहीच करू शकत नव्हतो. फडणीस काकांकडे जाऊन सगळा प्रकार त्यांना सांगितला. त्यांना तर कसलीच संगती लागत नव्हती.

''मी परत येऊन त्या टेकडीचं संशोधन करणारच आहे.'' असं सांगून कुंभीतून परतलो. महिन्याभरातच आमची उत्खनन करणारी टीम घेऊन पुन्हा कुंभीला आलो.

दिवसभराच्या संशोधनात जगावेगळं काहीच हाती लागलं नाही. कळलं ते एवढंच की त्या भागात सातशे-आठशे वर्षांपूर्वी मोठं वादळ झालं असावं. कुंभीच्या त्या उंचवट्यावर छोटीशी वस्ती असावी आणि त्या वादळात समुद्राच्या दिशेकडून उडत आलेल्या वाळूच्या ढिगाखाली ती संपूर्ण वस्ती गाडली गेली असावी. सापडलेले पुरावे असंच काहीतरी सुचवत होते.

मला दिसलेले घराचे चौथरे, फुटलेली मडकी, पडलेल्या भिंती हे सगळं खरं होतं. माणसांच्या शरीरांचे सांगाडेही त्याचीच पुष्टी करत होते. पण ती माणसं? आणि श्रीरंगचं कुटुंब? ते काय होतं? आणि श्रीरंग? कुठे असेल तो?

माझे डोळे पाण्यानं भरून आले.

मुंबईला परतलो. एक-दोन दिवसांतच एका वर्तमानपत्रात 'हरवला आहे' या सदरात 'श्रीरंग सोमण' नावाचा एक तरुण काही दिवसांपासून बेपत्ता असल्याचे आणि त्याला शोधून देणाऱ्याला भरघोस बक्षिसाचे निवेदन देण्यात आले होते.

मला माहीत होतं श्रीरंग कुठे आहे ते.

फक्त मी त्याला दाखवू शकत नव्हतो!